காரைக்காலம்மையார் பாடல்கள்

மூத்த திருப்பதிகம், திரு இரட்டை மணிமாலை, அற்புதத் திருவந்தாதி

D1680845

தொகுப்பும் உரையும்
ந.முருகேசபாண்டியன்

டிஸ்கவரி புக் பேலஸ்

கே.கே.நகர் மேற்கு, சென்னை - 600 078.
(பாண்டிச்சேரி கெஸ்ட் ஹவுஸ் அருகில்)
Ph: 044 - 4855 7525 Mobile: +91 87545 07070

காரைக்காலம்மையார் பாடல்கள்
ஆசிரியர்: ந.முருகேசபாண்டியன்©

Karaikkalammaiyar Paadalgal
Author: **N.Murugesapandiyan**©

First Edition: August - 2019
Pages: 72 - ISBN: 978-81-942420-6-2

Published by :

Discovery Book Palace (P) Ltd,
6, Mahaveer Complex, Munusamy Salai,
K.K.Nagar West, Chennai-600 078.
Ph: +91 44 48557525
Mobile: +91 87545 07070

E-mail: **discoverybookpalace@gmail.com,**
Website: **www.discoverybookpalace.com**

Rs. 70

உங்கள் மொபைல்
போனிலிருந்து ஸ்கேன் செய்து
டிஸ்கவரி புக் பேலஸின்
மொபைல் ஆப்பை டவுன்லோடு
செய்து, புத்தகங்களை
வாங்குங்கள்.

இந்த நூலில் பிரசுரமாகியுள்ள எந்த ஒரு பகுதியையும் பதிப்பாளரின் எழுத்துப்பூர்வமான முன்அனுமதி பெறாமல் எடுத்தாள்வதோ, மறுபிரசுரம் செய்வதோ, மொழியாக்கம் செய்வதோ, அச்சு மற்றும் மின்னணு ஊடகங்களில் மறுபதிப்புச் செய்வதோ, காப்புரிமைச் சட்டப்படி தடை செய்யப்பட்டுள்ளது. இந்த நூலிலிருந்து குறிப்பிட்ட பகுதிகளை மேற்கோள்காட்டி புத்தக விமர்சனம் செய்ய, ஊடகங்களுக்கு மட்டும் அனுமதி உண்டு.

தொகுப்புரை

இரண்டாயிரமாண்டுகளாகத் தமிழ் என்ற சொல்லினால் அடையாளப்படுத்தப்படுகிற நாகரிகம், பண்பாடு, அரசியல் போன்றவை இன்றளவும் காத்திரமாகத் தொடர்கின்றன. தமிழ் மொழிதான் எல்லாவற்றையும் கட்டமைக்கிறது என்ற புரிதல் ஒருபுறம் வலுவடைந்து வருகிறது. அதேவேளையில், உலகமயமாக்கல் காலகட்டத்தில் கார்ப்பரேட்டுகளின் நலன்களுக்காகத் தமிழ் போன்ற தொன்மையான மொழிகளின் அடையாளத்தை அழித்திடும் முயற்சியும் பல்வேறு வழிகளில் நடைபெறுகிறது. உன்னதமான தொழில்நுட்பம், உயரிய தகவல்தொடர்பு, விரைவான போக்குவரத்து என வெளிப்படையாக முன்னிலைப்படுத்தப்படுகிற உலகமயமாக்கல் புதிய பண்பாட்டுப் போக்குகளையும் அறிமுகம் செய்கிறது. அது, பொருளாதாரம் மட்டுமின்றி இலக்கியம், பண்பாடு, இயற்கை என அனைத்துத் தளங்களிலும் ஆளுகை செலுத்த முயலுகிறது. உலக மக்களை ஒற்றைக்கூரையின்கீழ் கொண்டுவர முயலுகிற உலகமயமாக்கல், நுகர்வுப் பண்பாட்டினை வலியுறுத்துகிறது.

ஆடம்பரப் பொருட்களை அத்தியாவசியமானவை என்று உருவாக்கப்படுகிற பிரேமையால் மக்களின் அன்றாட வாழ்க்கை பாதிப்பிற்குள்ளாகிறது. கார்ப்பரேட்டுகளுக்குச்

சார்பாக உருவாக்கப்படும் புதிய பண்பாட்டுத் தளங்களினால், இரண்டாயிரமாண்டுப் பாரம்பரியமான தமிழ் மொழியும் தமிழர் பண்பாடும் சிதைவடைய நேரிடும். பழமையானவை நடப்பினுக்குப் பொருத்தமற்றவை, தேவையற்றவை என உருவாக்கப்படுகிற கருத்தியல்கள், மொழியின் தனித்துவத்தை அழிக்கும் வல்லமையுடையன.

இன்னொருபுறம், காட்சி ஊடகங்கள் வம்புப் பேச்சுகளையும் கேளிக்கைகளையும் மட்டும் முன்னிலைப்படுத்தி, அரசியலற்றதன்மையை உருவாக்குகின்றன. இணையகமும், தகவல்தொடர்பும் மனித மாண்புகளைச் சீரழிக்கிற போக்குகளுக்கு முன்னுரிமை தருவதன்மூலம் ஆடம்பரமும் அற்பத்தனமும் மேனாமினுக்கித்தனமும் சுயநலமும் எங்கும் பரவலாகியுள்ளன. ஸ்மார்ட்போன்களின் திரைகளில் மூழ்குவதுடன் 24 மணிநேர *Breaking News* காண்கிறவர்களின் அசலான சுயசிந்தனை பாதிப்பிற்குள்ளாகியுள்ளது. உணவு, உடை, இருப்பிடம், ஆன்லைன் வணிகம் என எல்லாவற்றிலும் அந்நியச் சந்தையினால் ஈர்க்கப்படுகிற இளைய தலைமுறையினருக்குத் தமிழ் மொழியானது அந்நியமாகத் தோன்றிட வாய்ப்புள்ளது. ஒருவனின் பிரக்ஞையிலிருந்து மொழிபற்றிய உணர்வை அகற்றி விட்டால், பின்னர் கார்ப்பரேட்டுகளுக்குச் சாதமான உடல்களை உருவாக்குவது எளிதாகி விடும். குறிப்பாகப் பெண்ணுடல்கள் முழுக்கப் போகப்பொருளாக்கிடும் வகையில் சந்தைக்கானதாக மாற்றப்படுகிறது. இதுவரை தமிழ்ச் சமூகம் பல்லாண்டுகளாகக் கண்டறிந்து, உருவாக்கி வைத்திருக்கும் விழுமியங்களை அழிப்பதன்மூலம் எல்லாம் சந்தைக்கானதாக மாற்றமடையும். சுருங்கச் சொன்னால், உலகமயமாக்கல் என்ற பதாகையின் பின்னர் உடலால் இந்தியனாகவும் மனதால் அமெரிக்கனாகவும் வாழ்கின்ற உடல்களைத் தயாரிப்பதற்கு இலக்கியமும் பயன்படுத்தப்படுகிறது என்பது கசப்பான

உண்மை. இத்தகு சூழலில், தமிழ் மொழியை முன்வைத்துப் பேச்சுகளை உருவாக்க வேண்டியுள்ளது. சங்க காலம் பொற்காலம் என்று வீண் பெருமைகொள்ளாமல், தமிழ்ப் படைப்புகளை இளைய தலைமுறையினருக்கு அறிமுகப்படுத்தும் நோக்கில் பழந்தமிழ்ப் படைப்புகளைத் தொகுத்து வெளியிடும் முயற்சியில் முதலாவதாகக் 'காரைக்காலம்மையார் பாடல்கள்' நூல் பிரசுரமாகிறது.

சங்க காலத்தில் 41 பெண்கள் கவிதை எழுதுமளவு கல்வியறிவு பெற்றிருந்த நிலை, பிற்காலத்தில் பெரும் வீழ்ச்சியடைந்தது. திருக்குறள் முதலான நீதிநூல்கள் பெண்களுக்குத் தாராளமாக அறிவுரை வழங்கின. பெண்ணுடல்மீது தொடர்ந்து அதிகாரம் செலுத்தித் தனது ஆளுகையைத் தக்கவைத்துக் கொள்வதற்காக ஆண்கள் உருவாக்கிய பொதுப்புத்தி முக்கியமானது. கி.பி.7ஆம் நூற்றாண்டில் புனிதவதி என்ற காரைக்கால் அம்மையாரும் கி.பி.9ஆம் நூற்றாண்டில் ஆண்டாளும் மட்டும் பெண் கவிஞர்களாகத் தனித்து விளங்கினர். சங்க காலத்தில் கவித்துவ வீர்யமுடன் அழுத்தமாகத் தடம் பதித்திருந்த பெண் கவிஞர்களின் மரபு ஏன் அறுபட்டது? பெண்ணின் இருப்பினை வீட்டிற்குள் முடக்கிடுமாறு சமூக நிலைமையில் மாற்றங்கள் தோன்றியதற்கான காரணங்கள் ஆய்விற்குரியன. சங்க காலத்தில் நிலவிய சமூக அமைப்பு முறையானது, பக்தி இயக்கக் காலகட்டத்தில் முற்றிலும் மாறுபட்டுவிட்டது. பெண்ணின் புழங்குவெளி மறுக்கப்பட்டதுடன், உடல்ரீதியாகக் குறுக்கப்பட்டுக் குடும்பம் என்ற வரையறைக்குள் ஒடுக்கப்பட்டாள். தொடர்ந்து நிலத்தைக் கைப்பற்றுவதற்காக ஆண்கள் நடத்திய போர்கள் காரணமாகப் 'பெண்' என்பவள் ஆணின் பாதுகாப்பில் அடங்கியொடுங்கி இருக்கவேண்டியவள் என்ற நிலைமை ஏற்பட்டது. பெண்களுக்குக் கல்வி மறுக்கப்பட்டு, பெண்ணுடல் வெறுமனே ஆணின் கேளிக்கைக்கான துய்ப்பு நிலமாக மாற்றப்பட்டது. சமூக

மதிப்பீட்டில் பெண் இரண்டாந்தரமானவளாகப் பாலினரீதியில் ஒடுக்கப்பட்டது, சமூகக் கொடுமை. இத்தகு சூழலில் ஒப்பிட்டுக் காணும்போது காரைக்கால் அம்மையார், ஆண்டாள் ஆகிய இருவரின் சிறப்புகள் புலப்படுகின்றன. சமயம் தொடர்பான நிலையில், இசைப்பாடல்கள் வடிவில் மக்களிடையே பிரபலமாக இருந்தமையினால்தான் இவ்விரு கவிஞர்களின் பாடல்களும் காலத்தைக் கடந்து தமக்கான இடத்தைத் தக்கவைத்துள்ளன என்று கருத இடமுண்டு.

தென்னிந்தியாவில் சிறப்புடன் விளங்கிய தமிழிசையின் தாயாகக் கருதப்படும் காரைக்கால் அம்மையார், சைவ சமய அடியார்களில் காலத்தினால் முதன்மையானவர், சிவனை உள்ளம் உருகிக் கசிந்து பாடியுள்ளார். எனினும் அவர், சைவ சமய முன்னோடிகள் நால்வரில் ஒருவராகக் கருதப்படவில்லை. பல்வேறு புலவர்கள் எழுதியுள்ள பாடல்களின் தொகுப்பான பதினொன்றாம் திருமுறையில் காரைக்கால் அம்மையாரின் பாடல்கள் சேர்க்கப்பட்டுள்ளதே, நுண்ணரசியலின் வெளிப்பாடுதான். பெண்ணுக்குத் துறவு கிடையாது, பெண்ணால் இறைவனை அடையமுடியாது என்று கருதப்பட்ட சமூகச் சூழலில், பிற்காலத்தில் தேவாரப் பாடல்களைத் தொகுத்தவர்கள் காரைக்கால் அம்மையாரின் பாடல்களுக்குப் பெரிய அளவில் முக்கியத்துவம் தரவில்லை. வீரியமான மொழியில் சுடுகாட்டுச் சம்பவங்களை முன்னிறுத்தி ஆளுமையான கவிதை வரிகள் படைத்திட்ட காரைக்கால் அம்மையார், இன்னும் பல கவிதைகள் எழுதியிருக்க வாய்ப்புண்டு. அவை தொகுப்பாளர்களால் ஒதுக்கப்பட்டிருக்க வேண்டும் அல்லது காலவெள்ளத்தில் அழிந்திருக்கவும் வாய்ப்புண்டு.

காரைக்கால் அம்மையார் இயல்பிலே ஒரு சராசரியான குடும்பப் பெண். காரைக்கால் நகரில், தனது கணவருடன் வாழ்ந்துவந்த புனிதவதியாரின் தனிப்பட்ட சிறப்பினைத்

தாங்கிக்கொள்ளாமல் அவருடைய கணவன் அவரைவிட்டுப் பிரிந்து சென்றுவிட்டான். அவ்வாறு போனவன், வேற்று ஊரில் வேறொரு பெண்ணைத் திருமணம் செய்துகொண்டு வாழ்வதுடன், அப்பெண்ணுக்குப் பிறந்த குழந்தைக்குப் புனிதவதி என்றும் பெயர் சூட்டியிருப்பது சாதாரணமானது அல்ல. இந்நிகழ்வு தமிழ்ச் சூழலில் காலங்காலமாக நடைபெறுவது தான். பெண், தனது தனிப்பட்ட ஆளுமையினால் இறைவனிடமிருந்து மாம்பழம் பெருமளவு பக்தியுடையவள் என்பதனை ஏற்றுக்கொள்ளாத ஆணின் மனம் அவளைப் புறக்கணிப்பது அரசியலாகும். உடலும் உணர்வுமாகக் கொண்டாட்டமாக வாழும் பெண்ணை, சமூகப் பங்கேற்பிலிருந்து பிரித்துத் தெய்வமாக்கி வழிபடுவது ஒருவகையில் ஒடுக்குமுறையின் புதிய வெளிப்பாடு. நம்பிக்கைத்துரோகியான கணவன் பற்றிய பேச்சைவிட, காரைக்கால் அம்மையார் புனிதமான கடவுள்தன்மை பெற்றுவிட்டார் என்பதுதான், வாழ்க்கை வரலாற்றுக் கதையில் முன்னிலைப்படுத்தப்பட்டுள்ள செய்தியாகும்.

பெண்ணுடலினால்கூட இறைவனை அடைய முடியுமா? என்ற வைதிக சமயத்தின் ஆற்றாமையும் புனிதவதியார் கதையில் வெளிப்படுகிறது. இறையடியாராக மாறிப் பாடல்கள் பாடி இறைவனை வழிபட்ட காரைக்காலம்மையார் பின்னர் எப்படிச் சமூகத்தை எதிர்கொண்டார் என்பது முக்கியமான கேள்வி. அம்மையார், தன்னுடைய அழகும் இளமையும் பிறருக்குப் பயன்படக்கூடாது என்பதற்காகத்தான் அவர் பேயாக உருவெடுக்கிறார். அதாவது, அவர் தன்னுடைய எழிலான அழகிய தோற்றத்தைச் சிதைத்துக்கொண்டார் என்பதுதான் பொருள். பிற ஆண் இறையடியார்கள் மனைவியுடன் உறவு கொள்ளலாம் என்று அனுமதிக்கப்பட்ட நிலையில், காரைக்காலம்மையார் மட்டும் புலன்கள்வழியாகப் பெறும் இன்பங்களை ஒதுக்கிவிட்டுப் பேயாகத் திரிந்தார் என்ற கதையாடல் ஆய்விற்குரியது. மேலும்

அவர் தலையால் நடந்து இமயமலைக்குச் சென்று, இறைவனின் அருள் பெற்றார் என்று புனைவு நீள்கின்றது. திருஞான சம்பந்தருக்குக் குழந்தையாக இருந்தபோதில் விரைந்து வந்து காட்சி தந்து அருளிய சிவபெருமான், பெண்ணான காரைக்கால் அம்மையார் விஷயத்தில் மட்டும் ஏன் இந்த ஓரவஞ்சனை காட்டுகிறார்? அற்புதமான பாடல் வரிகள்மூலம் உணர்ச்சி பொங்கிடப் பாடிய காரைக்கால் அம்மையார் எவ்வளவுதான் பக்தியுடன் வழிபட்டாலும் 'பெண்ணுடல்' காரணமாகச் சிவன் அவருக்குக் காட்சி தரவில்லை என்பதுதான் உண்மை. பெண் தோற்றத்தைவிடப் பேய் வடிவம்தான் இறைவனுக்கு உகந்தது என்று சைவ சமயவாதிகள் முன்னிறுத்துவது பெருங்கதையாடலாகும். உடலரசியல் காரணமாகச் சைவர்களால் ஒடுக்கப்பட்ட பெண்ணுடல்தான் காரைக்கால் அம்மையார் என்றும் மறுவாசிப்புச் செய்யலாம். பெண்ணுடலைத் துறப்பதன்மூலம்தான் இறைவனை அடையமுடியும் என்ற பாலின அடையாள அரசியல் முக்கியமானது.

காரைக்கால் அம்மையார் எழுதியுள்ள 'மூத்த திருப்பதிகம்' அளவில் சிறியதெனினும், அழுத்தமான உணர்ச்சிகளின் தொகுப்பாக உள்ளது. அமானுஷ்யமான பேயின் தோற்றம், பேயின் சேட்டைகள், சுடுகாடு, பிணம் எரியும் நெருப்பு, நெருப்பிலாடும் சிவன், சுடுகாட்டுச் சாம்பலைப் பூசிக்கொண்டு நடனமாடும் சிவனின் தோற்றப் பொலிவு... என விரியும் கவிதை வரிகள், உக்கிரமான மொழியில் அமைந்துள்ளன. நீளமான சடையுடைய பெண் பேய், பிணம் வேகிற நெருப்பில் இருந்து உருவிய கொள்ளிக்கட்டையின் கரியால் கண்ணுக்கு மை தீட்டிக்கொள்கிற பெண் பேய், குழந்தைக்கு முலைப் பாலூட்டுகிற பெண் எனப் பேய்பற்றிய புனைவுகளில் பெண்பற்றிய விவரிப்புகள் தனித்துவமானவை. இடுகாடு என்பது பெண்ணுக்கு அந்நியமானது என்ற நம்பிக்கை நிலவிய

சூழலில், பேய்கள் செய்கிற செயல்கள்குறித்த அம்மையாரின் பதிவுகள், உயிரோட்டமானவை. சிவனின் தோற்றம், தொன்மம், புராணக் கதைகள், ஜைன சமய எதிர்ப்பு என ஒருவகைப்பட்ட மாதிரியாக எழுதப்பட்ட பெரும்பாலான தேவாரப் பதிகங்கள் கூறியதுகூறலாக வாசிப்பில் அலுப்பை ஏற்படுத்தக்கூடியன. ஒப்பீட்டளவில் அம்மையாரின் மூத்த திருப்பதிகம் கவித்துவச் செழுமையுடன் தனித்து விளங்குகிறது. பிற சைவ சமய அடியார்களைப் போல ஜைன சமயத்தினரைத் தூற்றுவது அம்மையாரின் பாடல்களில் இடம்பெறவில்லை என்பது கவனத்திற்குரியது. அம்மையாரின் பாடல் வரிகள், தம்மளவில் செறிந்து விளங்குகின்றன.

கருத்துரீதியில் சமய நம்பிக்கையுடன் தன்னை அடையாளப்படுத்தும் அம்மையாரின் குரலில் மரபுவழிப்பட்ட பார்வையே பொதிந்துள்ளது. அற்புதத் திருவந்தாதி, இரட்டை மணிமாலை ஆகிய இரு நூல்களும் கூறியதுகூறலாக அமைந்துள்ளன; சிவனின் தொன்மக் கதைகளை முன்னிறுத்தி இறைநிலையைக் கண்டறிந்திட முயலுகின்றன. அவை, இன்றைய நவீன வாசிப்பில் பெரும் அனுபவத்தை ஏற்படுத்தவில்லை. சிவன்பற்றிய தொன்மங்களும் பழையமரபுக் கதைகளும் பாடல்களில் அதிகமாக இடம்பெற்றிருப்பது, கவித்துவ வெளிப்பாட்டிற்குத் தடையாக உள்ளது. பெண்ணுடல் காரணமாகச் சமயவாதிகளினால் மறுக்கப்பட்டிருந்த பக்திவெளியில், தனது ஆளுமையினால் தனக்கான இடத்தைப் பெறக் காரைக்கால் அம்மையார் முயன்றது, அன்றைய காலகட்டத்தில் முக்கியமானது. சங்க காலத்திற்குப் பின்னர் ஐந்நூறு ஆண்டுகளில் காரைக்காலம்மையாரின் பாடல்கள் மட்டும் பொது நீரோட்டத்தில் இடம்பெற்றதற்கான காரணங்கள் ஆய்விற்குரியன.

2008ஆம் ஆண்டில் 'அற்றைத் திங்கள் அவ்வெண்ணிலவில்' என்ற தலைப்பில் 41 சங்கப் பெண் கவிஞர்கள்,

காரைக்காலம்மையார், ஆண்டாள் எழுதிய பாடல்களைத் தொகுத்து உரையுடன் காலச்சுவடு பதிப்பகம்மூலம் வெளியிட்டிருந்தேன். பின்னர் அந்தப் புத்தகம் என்சிபிஹெச் பதிப்பக வெளியீடாக 2014இல் பிரசுரமானது. மேற்குறிப்பிட்ட நூலில் இருந்து காரைக்காலம்மையார் பாடல்கள் மட்டும் தனிநூலாகத் தற்பொழுது வெளியாகிறது.

எனது பள்ளிப் பருவத்தில் பதின்மூன்று வயதிலே கருத்துரீதியில் நாத்திகனாக மாறிய மனநிலையில் இன்றளவும் மாற்றம் இல்லாதபோதும், பழந்தமிழ் இலக்கியப் பனுவலான காரைக்காலம்மையார் பாடல்களைத் தமிழிலக்கிய மரபின் தொடர்ச்சி என்ற புரிதலுடன் உரை எழுதிப் பதிப்பித்திருக்கிறேன்.

இந்நூல் வெளிவரப் பெரிதும் ஆர்வம் காட்டியதுடன், மெய்ப்புத் திருத்திய நண்பர், கவிஞர் ஸ்ரீஷங்கர் என்றும் அன்பிற்குரியவர். டிஸ்கவரி புக் பேலஸ் பதிப்பகம்மூலம் நூலினை வெளியிடும் நண்பர் மு.வேடியப்பன் அவர்களுக்குத் தோழமையான நன்றி.

என் எழுத்துப் பணிக்குப் பின்புலமாக விளங்கும் அன்புத்துணைவி உஷா மீதான பிரியமும் அன்பும் என்றும் தீராதது.

ந.முருகேசபாண்டியன்
மதுரை
murugesapandian2011@gmail.com

பொருளடக்கம்

மூத்த திருப்பதிகம் 1 திருவாலங்காடு	13
மூத்த திருப்பதிகம் 2 திருவாலங்காடு	21
திரு இரட்டை மணிமாலை	27
அற்புதத் திருவந்தாதி	36

மூத்த திருப்பதிகம் 1

திருவாலங்காடு

பண்: நட்டபாடை

கொங்கை திரங்கி நரம்பெ ழுந்து
    குண்டுகள் வெண்பற்குழிவ யிற்றுப்
பங்கி சிவந்திரு பற்கள் நீண்டு
    பரடுயர் நீள்கணைக் காலோர் பெண்பேய்
தங்கி யலறி யுலறு காட்டில்
    தாழ்சடை எட்டுத் திசையும் வீசி
அங்கங் குளிர்ந்தன லாடும் எங்கள்
    அப்பனிடம்திரு ஆலங் காடே   (1)

    கொங்கைகள் சுருங்கி, நரம்புகள் வெளிப்பட்டுக் கண்கள் குழிவிழுந்து, வெள்ளிய பற்களையும் ஒட்டிய வயிற்றையும் கொண்டு, தலைமயிர் சிவந்து கோரைப் பற்கள் நீண்டு கணுக்கால் உயர்ந்து நீண்ட கால்களையுடைய ஒரு பெண் பேயானது தனித்திருந்து அலறிட, வறண்ட இடுகாட்டில் தனது தாழ்ந்து தொங்கும் சடையினை எட்டுத் திசையிலும் வீசி, தனது உடல் குளிர்ந்திட, நெருப்பின் நடுவில் நின்று ஆடும் எங்கள் அப்பன் இருக்குமிடம் திருவாலங்காடாகும்.

கள்ளிக் கவட்டிடைக் காலை நீட்டிக்
    கடைக்கொள்ளி வாங்கி மசித்து மையை
விள்ள எழுதி, வெடுவெ டென்ன
    நக்கு, வெருண்டு விலங்கு பார்த்துத்
துள்ளிச் சுடலைச் சுரபி ணத்தீச்
    சுட்டிட முற்றும் சுளிந்து பூழ்தீ
அள்ளி அவிக்கநின் றாடும் எங்கள்
    அப்ப னிடம்திரு ஆலங்காடே   (2)

(இன்னொரு பேய்) கள்ளிக் கிளைகளுக்கு இடையில் காலை நீட்டி, அருகிலுள்ள ஈமத்தில் எரிந்த கொள்ளிக்கட்டையை இழுத்து அரைத்த மையைக் கண்ணில் தீட்டி, வெடுவெடு என்று சிரித்து, மருட்சியுடன் குறுக்கே பார்த்துக் குதித்து, சுடலையில் பிணம் சுடும் தீ சுட்டுவிடவும், வெறுப்புடன் அத்தீயைப் புழுதி மணலை அள்ளிப்போட்டு அணைத்திட, அங்கே நின்று ஆடுகின்ற எங்கள் அப்பன் இருக்குமிடம் திருவாலங்காடாகும்.

வாகை விரிந்துவெள் நெற்றொ லிப்ப,
    மயங்கிருள் கூர்நடு நாளை ஆங்கே
கூகையொ டாண்டலை பாட ஆந்தை
    கோடதன் மேற்குதித் தோட வீசி
ஈகை படர்தொடர் கள்ளி நீழல்
    ஈமம் இடுசுடு காட்ட கத்தே
ஆகம் குளிர்ந்தன லாடும் எங்கள்
    அப்பனிடம்திரு ஆலங் காடே   (3)

வாகை மரத்தின் வெண்மையான நெற்றுகள் ஒலித்திடவும், மயங்குவதற்குரிய இருண்ட நள்ளிரவில் கோட்டானுடன் ஆண்டலைப் புள் எனும் பறவை பாடவும், ஆந்தையானது சிறகினை வீசிக் கிளைகளின்மீது பாயவும், இண்டங்கொடி படர்ந்துள்ள அடர்த்தியான

கள்ளி நிழலிலேயுள்ள பிணம் சுடும் அடுக்கு இடப்பெற்ற சுடுகாட்டில், உடல் குளிர்ந்திட நெருப்பினில் ஆடும் எங்கள் அப்பனுடைய இடம் திருவாலங்காடு.

    குண்டின் மக்குழிச் சோற்றை வாங்கிக்
        குறுநரி தின்ன. அதனை முன்னே
    கண்டிலம் என்று கனன்று பேய்கள்
        கையடித்(து) ஓ(ட)இடு காட்ட ரங்கா
    மண்டலம் நின்றங்(கு) உளாளம் இட்டு,
        வாதித்து, வீசி எடுத்த பாதம்
    அண்டம் உறநிமிர்த்(து) ஆடும் எங்கள்
        அப்ப னிடம்திரு ஆலங் காடே.   (4)

ஆழமான வேள்விக் குழியினுலுள்ள சோற்றைக் குள்ளநரி தின்னவும், அதனை நாங்கள் முன்னரே பார்க்கவில்லையே என்று கூறிப் பேய்கள் கோபத்துடன் கையைத் தட்டிக் கொண்டு ஓடும் சுடுகாட்டினைக் கூத்தாடும் அரங்காகக் கொண்டு, வளைந்து சுற்றி வந்தும், மாறி வந்தும் வானம் பொருந்திட வீசித் தூக்கி ஆடிய பாதமுடன் நின்று ஆடும் எங்கள் அப்பன் இருக்குமிடம் திருவாலங்காடு.

    விழுது நிணத்தை விழுங்க விட்டு,
        வெண்தலை மாலை விரவப் பூட்டிக்
    கழுதுதன் பிள்ளையைக் காளியென்று
        பேரிட்டுச் சீருடைத் தாவளர்த்துப்
    புழுதி துடைத்து முலைகொ டுத்துப்
        போயின தாயை வரவு காணா(து)
    அழுதுறங் கும்புறங் காட்டில் ஆடும்
        அப்பனிடம்திரு ஆலங் காடே.   (5)

திரட்டப்பெற்ற கொழுப்பை விழுங்கிய ஒரு பேய், வெண்மையான தலைகளைக் கோர்த்த மாலையைப் பொருந்திட அணிந்து, தன் பிள்ளைக்குக் காளி என்ற பெயர் சூட்டி சிறப்புடன் வளர்த்து, புழுதியைத் துடைத்து, முலைப் பாலூட்டிச் சென்றது. அத் தாயின் வரவைக் காணாமல் அழுது உறங்குகிற குட்டிப் பேய் இருக்கும் இடுகாட்டில் ஆடுகின்ற அப்பன் வாழுமிடம் திருவாலங்காடு.

பட்டடி நெட்டுகிர்ப்பாறு காற்பேய்
பருந்தொடு, கூகை. பகண்டை, ஆந்தை
குட்டி யிட, முட்டை. கூகைப் பேய்கள்
குறுநரி சென்றணங் காடு காட்டில்
பிட்டடித் துப்புறங் காட்டில் இட்ட
பிணத்தினைப் பேரப் புரட்டி ஆங்கே
அட்டமே பாயநின் றாடும் எங்கள்
அப்பனிடம்திரு ஆலங் காடே (6)

அணங்கு ஆடுகின்ற காட்டில் குள்ள நரிகளும் கூகைப் பேய்களும் குட்டியை ஈன்றிட, பருந்துடன் கூகை, பகண்டை, ஆந்தை ஆகியன முட்டையிட, பரந்த அடியையும் நீண்ட நகமும் பிளவுபட்ட கால்களும் உடைய பேய்கள் சென்று அவற்றைப் பிய்த்து வீசிப் பின் இடுகாட்டில் இடப்பட்ட பிணத்தினைப் புரட்டி, குறுக்கும் நெடுக்கிலுமாகப் பாய்ந்து ஓட, அங்கே நின்று கால்கள் பின்புறம் படியக் குதித்து, எட்டுத் திக்கிலும் பாய்ந்து திரிய ஆடுகின்ற எங்கள் அப்பன் இருக்குமிடம் திருவாலங்காடு.

சுழலும் அழல்விழிக் கொள்ள வாய்ப்பேய்
சூழ்ந்து துணங்கையிட் டோடி ஆடித்
தழலுள் எரியும் பிணத்தை வாங்கித்

தான்தடி தின்றணங் காடு காட்டில்,
கழலொலி, ஓசைச் சிலம்பொ லிப்பக்
காலுயர் வட்டணை யிட்டு நட்டம்
அழலுமிழ்ந்தோரி கதிக்க ஆடும்
அப்பனிடம்திரு ஆலங் காடே. (7)

சுழலுகிற நெருப்பு விழிகளையுடைய கொள்ளிவாய்ப் பேய்கள் ஒன்று சேர்ந்து துணங்கை என்னும் கூத்தை ஆடி, ஈமத்தீயில் எரியும் பிணத்தினை இழுத்து, அதன் தசையைத் தின்று, அச்சம் தருகின்ற சுடுகாட்டில், வீரக்கழல் ஒலிக்கும் ஓசையும் சிலம்பின் ஒலியும் சேர்ந்து ஒலிக்க, காலைத் தூக்கி வலசாரி இடசாரி கொண்டு ஆடி, நெருப்பினை உமிழ்ந்து, சடை விரிந்து பரவ நடனமாடும் எங்கள் அப்பனின் இடம் திருவாலங்காடு.

நாடும், நகரும் திரிந்து சென்று
நன்னெறி நாடி நயந்தவரை
மூடி முதுபிணத் திட்டமாடே,
முன்னிய பேய்க்கணம் சூழச் சூழக்
காடும், கடலும். மலையும். மண்ணும்,
விண்ணும் சுழல அனல்கை யேந்தி
ஆடும் அரவப் புயங்கள் எங்கள்
அப்பனிடம்திரு ஆலங்காடே (8)

நாடும் நகரும் அலைந்து திரிந்து நல்ல நெறியைத் தேடி விரும்பியவரைத் துணியால் மூடிப் பழைய பிணங்களுடன் இட்டுப் புதைத்த இடுகாட்டில் வந்தணைந்த பேய்க் கூட்டம் சூழ்ந்திடக் காடும் மலையும் விண்ணும் சுழன்றிடத் தீயினைத் தன் கையில் ஏந்தி ஆடுகிற ஒலியெழுப்பும் பாம்பை அணிந்துள்ள புயங்கக் கூத்தாடுகிற எங்கள் அப்பனின் இடம் திருவாலங்காடு.

ந.முருகேசபாண்டியன்

துத்தம், கைக்கிளை, விளரி, தாரம்
உழை, இளி, ஓசைபண் கெழுமப் பாடிச்
சச்சரி, கொக்கரை, தக்கை யோடு,
தகுணிச்சம், துந்துபி, தாளம், வீணை,
மத்தளம், கரடிகை வன்கை மென்தோல்
தமருகம், குடமுழா, மொந்தை வாசித்(து
அத்தனை விரவினோ(டு) ஆடும் எங்கள்
அப்பனிடம் திரு ஆலங் காடே. (9)

துத்தம், கைக்கிளை, விளரி, தாரம், உழை, இளி, ஓசை ஆகிய ஏழு பண்களையும் இசைத்து, சச்சரி, கொக்கரை, தக்கை, தகுணி, துந்துபி, தாளம், வீணை, மத்தளம், கரடிகை, தமருகம், குடமுழா, மொந்தை முதலிய இசைக் கருவிகளை வாசித்து அத்தனை ஒலிகளிடமும் ஒருசேரக் கலந்திட ஆடுகின்ற எங்கள் அப்பனின் இடம் திருவாலங்காடு.

புத்தி கலங்கி, மதிம யங்கி
இறந்தவரைப்புறங் காட்டில் இட்டுச்
சந்தியில் வைத்துக் கடமை செய்து
தக்கவர் இட்ட செந் தீவி ளக்கா
முந்தி அமரர் முழவி னோசை.
திசைகது வச்சிலம் பார்க்க, ஆர்க்க,
அந்தியில் மாநடம் ஆடும் எங்கள்
அப்பனிடம்திரு ஆலங் காடே (10)

மனம் கலங்கி, அறிவு மயங்கி இறந்தவர்களைத் தெரு முச்சந்தியில் வைத்துச் செய்யும் சடங்குகளைச் செய்து, பின் இடுகாட்டில் வைத்து உடையவர் கொள்ளியிட்டு எரியவிட்ட சிவந்த தீயினை விளக்காகக் கொண்டு, முன்னர் தேவர்கள் ஒலிக்கும் மத்தள ஓசை திசைகள்தோறும் பரவிட, சிலம்புகள் ஆடும்போது ஒலித்திட மாலைவேளையில்

சிறந்த நடனமாடும் எங்கள் அப்பன் இருக்குமிடம் திருவாலங்காடு.

> ஒப்பினையில்லவன் பேய்கள் கூடி,
>   ஒன்றினை ஒன்றடித்(து) ஒக்கலித்து,
> பப்பினை யிட்டுப் பகண்டை பாட,
>   பாடிருந் தந்நரி யாழ மைப்ப,
> அப்ப னை அணிதிரு ஆலங் காட்டெம்
>   அடிகளைச் செடிதலைக் காரைக் காற்பேய்
> செப்பிய செந்தமிழ் பத்தும் வல்லார்
>   சிவகதி சேர்ந்தின்பம் எய்து வாரே.   (11)

தமக்கு ஒப்பானவை இல்லாத வலிய பேய்கள் ஒன்றுகூடி, ஒன்றை ஒன்று அடித்து, மகிழ்வுடன் ஆரவாரம் செய்து விகடப் பாடல் பாட, நரியின் குரலையே யாழிசையாகக் கொண்டு அழகிய வலிமைமிக்க ஆலங்காட்டில் வீற்றிருக்கும் அடிகளைப் போற்றி செடிபோல் விரிந்த மயிர் நிறைந்த காரைக்கால் பேய் பாடிய செந்தமிழ்ப் பாடல் பத்தினையும் பாடியவர் சிவனை அடைந்து இன்பம் அடைவர்.

மூத்த திருப்பதிகம் 2

திருவாலங்காடு

பண் : இந்தளம்

எட்டி இலவம் ஈகை சூரை காரை படர்ந்தெங்கும்
சுட்ட சுடலை சூழ்ந்த கள்ளி சோர்ந்த குடர்கௌவப்
பட்ட பிணங்கள் பரந்த காட்டில் பறைபோல்
விழிகட்பேய் கொட்ட முழவங் கூளி பாடக் குழகன்
ஆடுமே. (1)

எட்டி மரம், இலவ மரம், இண்டம் செடி, சூரைச் செடி, காரைச் செடி ஆகியன எங்கும் படர்ந்திருக்க, பிணங்களைச் சுட்ட சுடலையைச் சூழ்ந்துள்ள கள்ளிக்காட்டில், குடல் தின்னப் பெற்ற பிணங்கள் நிரம்பிய இடுகாட்டில், பறையினைப் போல வட்டமான கண்களையுடைய பேய்கள் மத்தளம் கொட்டவும் பூதங்கள் பாடவும் அழகன் ஆடுவான்.

நிணந்தான் உருகி நலந்தான் நனைப்ப நெடும்பற்
குழிகட்பேய்
துணங்கை யெறிந்து சூழும் நோக்கிச் சுடலை
நவிழ்த் தெங்கும்

கணங்கள் கூடிப் பிணங்கள் மாந்திக் களித்த
மனத்தவாய்
அணங்கு காட்டில் அனல்கை யேந்தி அழகன்
ஆடுமே.   (2)

கொழுப்பு உருகி நிலத்தை நனைத்திட, நீண்ட பற்களையும் குழிந்த கண்களையும் உடைய பேய்கள், எங்கும் கூட்டமாகக் கூடி, துணங்கைக் கூத்தாடி, அங்கும் இங்கும் பார்த்து, எரியும் சுடலையைக் கலைத்துப் பிணங்களைத் தின்று, மகிழ்ந்த மனத்துடன் திரியும் அச்சம் தருகின்ற இடுகாட்டில் தீயைக் கையிலேந்தி அழகன் ஆடுவான்.

புட்கள் பொதுத்த புலால்வெண் தலையைப்
புறமே நரிகவ்வ
அட்கென் றழைப்ப, ஆந்தை வீச, அருகே சிறுகூகை,
உட்க விழிக்க, ஊமன் வெருட்ட, ஓரி கதித்தெங்கும்
பிட்க நட்டம்பேணும் இறைவன் பெயரும்
பெருங்காட்டே.   (3)

பறவைகள் கொத்தியதால் பொத்தலான புலாலுடைய வெண்தலையை நரி வெளியே கவ்வி இழுக்கவும், ஆந்தை 'அட்கு' என்று ஒலிக்கவும், அருகிலுள்ள சிறிய கோட்டான் இறக்கையை வீசிடவும், பெருங்கோட்டான் கண்டோர் அஞ்சிடுமாறு விழிக்கவும், கேட்போன் அஞ்சுமாறு நரி கத்தவும் ஆன சுடுகாடே இறைவன் நடனமாட விழையுமிடம்.

செத்த பிணத்தைத் தெளியா தொருபேய் சென்று
விரல் சுட்டிக்
கத்தி உறுமிக் கனல்விட் டெறிந்து கடக்கப்
பாய்ந்துபோய்ப்

பத்தல் வயிற்றைப் பதைக்க மோதிப் பலபேய்
இரிந்தோடப்
பித்த வேடங் கொண்டு நட்டம் பெருமான்
ஆடுமே.   (4)

ஒரு பேய், செத்துக்கிடந்த பிணத்தைச் செத்தது என்று அறியாமல் அருகில் சென்று, விரலைச் சுட்டிக்காட்டி அலறியும், உறுமியும், கொள்ளிக்கட்டையை அதன்மேல் எறிந்தும், பின்னர் ஓடிப்போய்த் தள்ளி நின்று நீர் இறைக்கும் சால் போன்ற தன் வயிற்றில் அடித்துக்கொள்ள, பல பேய்கள் நிலைகெட்டு அஞ்சி ஓடிடப் பெருமான் பித்தன் வேடம் கொண்டு நடனம் ஆடுவான்.

முள்ளி தீந்து முளரி கருகி மூளை சொரிந்துக்குக்
கள்ளி வற்றி வெள்ளில் பிறங்கு கடுவெங் காட்டுள்ளே
புள்ளி உழைமான் தோலொன் றுடுத்துப்
புலித்தோல் பியற்கிட்டுப்
பள்ளி யிடமும் அதுவே ஆகப் பரமன் ஆடுமே.   (5)

முள் செடிகள் தீய்ந்து, முள்ளுள்ள கள்ளிச்செடியும் கருகி, பிணத்தைச் சுடும் நெருப்பினால் மூளை வெளிப்பட்டு விழ, கள்ளியில் பால் வற்றிட, விளாமரம் விளங்கியிருக்கும் கடுமையான வெப்பமுடைய இடுகாட்டினுள்ளே, புள்ளிகளை உடைய கலைமானின் தோலை இடுப்பில் உடுத்தி, புலித்தோலை தோளில்கொண்டு கோயிலாகிய இடமும் அதுவேயாக இறைவன் ஆடுவான்.

வாளை கிளர வளைவாள் எயிற்று வண்ணச்
சிறுகூகை
மூளைத் தலையும் பிணமும் விழுங்கி முரலும்
முதுகாட்டில்
தாளிப் பனையின் இலைபோல் மயிர்க்கட்
டழல்வாய் அழல்கட்பேய்

கூளிக் கணங்கள் குழலோ டியம்பக் குழகன்
ஆடுமே. (6)

வாளைப் போன்ற வளைந்த ஒளிர்கின்ற பற்களையுடைய அழகிய சிறிய பறவையான கூகை, மூளையினையுடைய தலையினையும் பிணத்தையும் விழுங்கிக் கத்துகின்ற சுடுகாட்டில், கூந்தற்பனையின் இலைபோல் விரிந்த மயிரும், எரியும் வாயும், கொதிக்கும் கண்ணையுமுடைய பேயும், பூதங்களின் கூட்டமும் குழலொலியை ஒலிக்க இறைவன் ஆடுவான்.

நொந்திக் கிடந்த சுடலைத் தடவி நுகரும் புழுக்கின்றிச்
சிந்தித் திருந்தங் குறங்குஞ் சிறுபேய் சிரமப்படுகாட்டின்
முந்தி அமரர் முழவின் ஓசை முறைமை வழுவாமே
அந்தி நிருத்தம் அனல்கை யேந்தி அழகன் ஆடுமே. (7)

அவிந்துகிடந்த ஈமச் சுடலையைத் தடவிப் பார்த்து, உண்ணுவதற்கான உணவு இல்லாததை எண்ணியவாறு அவ்விடத்திலேயே உறங்கிவிடுகின்ற இளைய பேய் சிரமப்படுகின்ற இடுகாட்டின் முன்னர் தேவர்கள் தாளச்சீர் தவறாமல், மத்தளம் வாசிக்க, அனலைத் தன் கையில் தாங்கி, அந்திக் காலத்தில் இறைவன் ஆடுவான்.

வேய்கள் ஓங்கி வெண்முத் துதிர வெடிகொள்
சுடலையுள்
ஓயும் உருவில் உலறு கூந்தல் அலறு பகுவாய
பேய்கள் கூடிப் பிணங்கள் மாந்தி அணங்கும்
பெருங்காட்டில்
மாயன் ஆட மலையான் மகளும் மருண்டு நோக்குமே.
(8)

மூங்கில்கள் உயர்ந்து வளர்ந்து அவற்றினின்றும் வெண் முத்துக்கள் உதிர்ந்து சிதறிக்கிடக்கும் சுடலையுள், தளர்ந்த உடலையும், வறண்ட கூந்தலையும் அலறும் பெரிய வாயையும், உடைய பேய்கள் கூடிப் பிணங்களைத் தின்று பொருந்தியிருக்கின்ற பெரும் சுடுகாட்டில் சிவபெருமான் ஆட, மலையமான் மகளான பார்வதி வியப்புடன் நோக்குவார்.

கடுவன் உகளுங் கலைசூழ் பொதும்பிற் கழுகும்
பேயுமாய்
இடுவெண்டலையும் ஈமப் புகையும் எழுந்த
பெருங்காட்டில்
கொடுவெண் மழுவும் பிறையுந் ததும்பக்
கொள்ளென் றிசை பாடப்
படுவெண் துடியும் பறையுங் கறங்கப் பரமன்
ஆடுமே.   (9)

புதரில் ஆண் குரங்கு துள்ளித் திரியும் மூங்கிலில் கழுகும் பேயும் நிரம்பியிருக்க, வெண்மையான தலை ஓடுகளும், சுடலையின் புகையும் எங்கும் பரவி எழுந்த பெரிய இடுகாட்டில், வளைந்த வெள்ளிய மழு ஆயுதமும் பிறை மதியும் அசைந்திட, கொள் எனும் ஒலியுடன் இசைப்பாடல் பாடவும் உடுக்கையும் பறையும் ஒலிக்க பரமன் ஆடுவான்.

குண்டை வயிற்றுக் குறிய சிறிய நெடிய பிறங்கற்பேய்
இண்டை படர்ந்த இருள்சூழ் மயானத் தெரிவாய்
எயிற்றுப்பேய்
கொண்டு குழவி தடவி வெருட்டிக்
கொள்ளென்றிசைபாட
மிண்டி மிளர்ந்த சடைகள் தாழ விமலன் ஆடுமே.

(10)

குழி விழுந்த வயிற்றையுடைய குறியவும் சிறியவும் நெடியவும் ஆகிய மலைகளிலுள்ள பேய்களும், இண்டஞ்செடி படர்ந்த இருள்சூழ்ந்த இடுகாட்டிலுள்ள கொள்ளி வாயையும், பற்களையும் உடைய பேய்களும் குழவிகளைக் கொண்டு அவற்றைத் தடவியும், வெருட்டியும் வைத்துக்கொண்டு கொள்ளெனும் ஒலியுடன் இசைபாட, அடர்த்தியான சடைகள் தாழ்ந்து தொங்குமாறு தூயவனான இறைவன் ஆடுவான்.

சூடும் மதியம் சடைமேல் உடையார் சுழல்வார்
திருநட்டம்
ஆடும் அரவம் அரையில் ஆர்த்த அடிகள் அருளாலே
காடு மலிந்த கனல்வாய் எயிற்றுக் காரைக்
காற்பேய்தன்
பாடல் பத்தும் பாடி பாடப் பாவம் நாசமே. (11)

பிறை நிலவைச் சடையினில் சூடியவரும், திருநடனத்தினைச் சுழன்று ஆடுவாரும், படமெடுத்தாடும் பாம்பினை இடையில் கச்சையாகக் கட்டியவரும் ஆன இறைவனின் அருளினாலே, காட்டில் நிலைத்துள்ள தீப்போன்ற வாயையும், பற்களையும் உடைய காரைக்கால் பேய் பாடிய பத்துப் பாடல்களையும் பாடி ஆடப் பாவம் அழிந்து போகும்.

திரு இரட்டை மணிமாலை

கிளர்ந்துந்து வெந்துயர் வந்திடும்போதஞ்சி நெஞ்ச
மென்பாய்த்
தளர்ந்திங் கிருத்தல் தவிர்திகண்டாய்தள ராதுவந்தி
வளர்ந்துந்து கங்கையும் வானத் திடைவளர் கோட்டு
வெள்ளை
இளந்திங் களும் எருக்கும் இருக் குஞ்சென்னி
ஈசனுக்கே. (1)

நெஞ்சமே! கொடிய துயரம் மிகுந்து வந்து வருத்தும்போது, உடம்பு எலும்பாய் இளைத்துப் போகுமாறு தளர்ந்திருத்தலை விடுவாயாக. பொங்கிப் பீறிடும் கங்கையும் வானிலே வளர்கின்ற இரு கோடுகளையுடைய வெள்ளிய பிறை நிலவும் எருக்கம் பூவும் அணிந்திருக்கும் ஈசனை இடையறாது வணங்குக!

ஈசன் அவனல்லாது இல்லை என நினைந்து
கூசி மனத்தகத்துக் கொண்டிருந்து - பேசி
மறவாது வாழ்வாரை மண்ணுலகத் தென்றும்
பிறவாமை காக்கும் பிரான். (2)

சிவனைத்தவிர வேறு தெய்வம் இல்லை என்று நினைந்து, மனங்குலைந்து, எப்பொழுதும் மனத்தில் இருத்தி, அவனது புகழைப் போற்றி, மறவாமல் வாழ்வாரை இப்புவியில் மீண்டும் பிறக்காமல் காக்கின்றவன் அவனேயாவான்.

பிரானென்று தன்னைப்பன்னாள்பர வித்தொழு
                                வார்இடர்கண்
டிரான்என நிற்கின்ற ஈசன்கண் டீர்இன வண்டுகிண்டிப்
பொராநின்ற கொன்றைப்பொதும்பர்க் கிடந்துபொம்
                                 மென்துறைவாய்
அராநின் றிரைக்குஞ் சடைச்செம்பொன் நீள்முடி
            அந்தணனே.   (3)

வண்டினங்கள் நெருங்கி மோதுகின்ற கொன்றைப்பூக்களின் குவியலில் கிடந்து பொம்மெனப் பொலிவுற்ற பாம்பு தொடர்ந்து சீறும், செம்பொன் வண்ணமான நீண்ட முடியினையுடைய அந்தணனே பெருமான் என்று, தன்னைப் பலநாளும் துதித்து வணங்குகின்றவர்களின் துன்பத்தைப் பார்த்துக் கொண்டிராதவன்.

அந்தணனைத் தஞ்சம் என்(று) ஆட்பட்டார் ஆழாமே
வந்தணைந்து காத்தளிக்கும் வல்லாளன்
                            கொந்தணைந்த
பொன்கண்டால் பூணாதே கோள் அரவம் பூண்டானே
என்கண்டாய், நெஞ்சே, இனி.   (4)

அழகிய அருளையுடைய சிவனை அடைக்கலம் என்று எண்ணி அடிமைப்பட்டவர்கள் பிறவிக் கடலில் மூழ்கிவிடாமல், அவருடைய உள்ளத்தில் சேர்ந்து காப்பாற்றி அருளும் வல்லமைமிக்கவன்; கொத்துக்களால் ஆன பொன் நிறமான ஆபரணங்களை அணியாமல்,

உயிர்களைக் கொல்லும் நாகப்பாம்பினை அணியாகப் பூண்டவன். நெஞ்சமே! இனிமேல் இதனை என்னவென்று உணர்கின்றாய்?

இனிவார் சடையினில் கங்கையென்பாளை
அங்கத்திருந்த
கனிவாய் மலைமங்கை காணில் என் செய்திகை
யிற்சிலையால்
முனிவார் திரிபுரம் மூன்றும் வெந்தன்றுசெந் தீயின்
மூழ்கத்
தனிவார் கணையொன்றினால் மிகக் கோத்தளம்
சங்கரனே.   (5)

அன்றைய காலத்தில் கோபமுடையோரின் திரிபுரம் என்னும் மூன்றும் சிவந்த தீயினால் வெந்து ஒழிந்திட, சிறப்பான நீண்ட அம்பினை உன் கையில் உள்ள வில்லில் கோத்த எமது சங்கரனே! இப்பொழுது நீண்ட சடையில் உள்ள கங்கை என்பவளை உன் உடலில் இருக்கும் கனி போன்ற வாயினையுடைய பார்வதி கண்டால் என்ன செய்வாய்?

சங்கரனைத் தாழ்ந்த சடையானை அச்சடைமேற்
பொங்கரவம் வைத்துகந்த புண்ணியனை அங்கொருநாள்
ஆவா என்று ஆழாமைக் காப்பானை எப்பொழுதும்
ஓயாது நெஞ்சே உரை.   (6)

நெஞ்சமே! இன்பத்தைச் செய்பவனை, தாழ்ந்த சடையுடையவனை, அச் சடையின் மேல் பொங்குகின்ற பாம்பை வைத்து மகிழ்ந்த புண்ணியனை, இக்கட்டான ஒரு நாளில் 'ஆ ஆ' என்று துயரில் அழுந்திடாமல் காப்பாற்றுகின்றவனை எப்பொழுதும் மறவாமல் துதிப்பாயாக!

உரைக்கப் படுவதும் ஒன்றுண்டு கேட்கின்செவ்
வான்தொடைமேல்
இரைக்கின்ற பாம்பினை என்றுந் தொடேல்இழிந்
தோட்டத்தெங்கும்
திரைக்கின்ற கங்கையுந் தேன்நின்ற கொன்றையுஞ்
செஞ்சடைமேல்
விரைக்கின்ற வன்னியுஞ் சென்னித் தலைவைத்த
வேதியனே. (7)

தலையின்மீதுள்ள சிவந்த சடையில் கீழிறங்கி ஓடுவதால் எங்கும் அலை மோதுகின்ற கங்கையையும் தேன் சொரியும் கொன்றைப் பூக்களையும், மணம் வீசுகின்ற வன்னி மலர்களையும் வைத்துள்ள வேதம் அறிந்தவனே! நீ கேட்பின் உரைக்கப்படுவது ஒன்று உண்டு. அதாவது, சிவந்த அழகிய பூமாலையின்மேல் சீறுகின்ற பாம்பினை என்றும் அணியாதே!

வேதியனை வேதப் பொருளானை வேதத்துக்(கு
ஆதியனை ஆதிரைநன்னாளானைச் - சோதிப்பான்
வல்லேன மாய்ப்புக்கு மாலவனும் மாட்டாது
கில்லேன மாஎன்றான் கீழ். (8)

வேதம் அருளியவனை, வேதப் பொருளாக உள்ளவனை, வேதம் உணர்ந்தானைத் திருவாதிரை நல்ல நாளுக்கு உரியவனைச் சோதிப்பதற்காகத் திருமால், வலிமையான பன்றி உருவெடுத்துப் பூமிக்குள் துளைத்துச் சென்று அவனுடைய அடியை அறிய இயலாமல், அம்மா அறியமாட்டேன் என்றான்.

கீழா யினதுன்ப வெள்ளக் கடல்தள்ளி உள்ளுறப்போய்
வீழாதிருந்தின்பம் வேண்டுமென்பீர், விர வார்புரங்கள்
பாழா யிடக்கண்ட கண்டன்எண்தோளன்பைம்
பொற்கழலே

தாழா திறைஞ்சிப் பணிந்துபன்னாளுந்
தலைநின்மினே. (9)

இழிந்த துன்பமாகிய பெரிய கடலிலே தள்ளப்பட்டு, அதன் உள்ளே அழுந்தாமல், வேறிருந்து நுகர்கின்ற இன்பம் வேண்டும் என்று விரும்புகின்றவர்களே! பகைவருடைய முப்புரங்களும் பாழாகுமாறு செய்த நீலகண்டன் எட்டுத் தோள்களையுடையவனுடைய பசியபொன் போன்ற திருவடிகளைக் காலம் தாழ்த்தாது வணங்கிப் பணிந்து எக்காலத்திலும் நிலைபெற்றிருங்கள்.

தலையாய ஐந்தினையுஞ் சாதித்துத் தாழ்ந்து.
தலையா யினவுணர்ந்தோர் காண்பர் - தலையாய
அண்டத்தான் ஆதிரையான் ஆலாலம் உண்டிருண்ட
கண்டத்தான் செம்பொற் கழல். (10)

முதன்மையான உலகினை உடையவனும், திருவாதிரைக்கு உரியவனும், ஆலால நஞ்சினை உண்டு இருள் வண்ணமான கழுத்தினை உடையவனுமான சிவனின் சிவந்த பொன்னிற அடியினைத் தலைமையான ஐந்தெழுத்தை ஓதி வணங்கி, மேன்மையான உண்மைப் பொருள்களை உணர்ந்தோர் காண்பர்.

கழற்கொண்ட சேவடி காணலுற் றார்தம்மைப்
பேணலுற்றார்
நிழற்கண்ட போழ்தத்தும் நில்லா வினைநிகர்
ஏதுமின்றித்
தழற்கொண்ட சோதிச்செம் மேனியெம்
மானைக்கைம் மாமலர்தூய்த்
தொழக்கண்டு நிற்கிற்கு மோதுன்னி நம் அடுந்
தொல்வினையே (11)

வீரக்கழல் அணிந்த சிவந்த பாதங்களைக் கண்டவர்களை, வணங்குபவர்களுடைய நிழலைக் கண்டாலே வினைகள் ஓடிவிடும். நம்மைத் தொடர்ந்திடும் பழைய வினையானது, தனக்கு ஒப்பாவது ஏதுமில்லாமல், நெருப்பினிடத்துள்ள ஒளிபோலும் சிவந்த மேனியையுடைய எமது பெருமானைக் கையால் மலர்தூவித் தொழுதிடலைக் கண்டும் நிற்குமோ?

தொல்லை வினைவந்து சூழாமுன் தாழாமே
ஒல்லை வணங்கி உமையென்னும் - மெல்லியலார்
கூற்றானைக் கூற்றுருவங் காய்ந்தானை வாய்ந்திலங்கு
நீற்றானை நெஞ்சே நினை. (12)

நெஞ்சமே! பழமையான வினைகள் சூழ்ந்துகொள்ளும் முன்னரே, உமை என்னும் மெல்லியலாளை ஒருபாகத்தில் கொண்டவனும், யமனை எரித்தவனும், பொருந்தி விளங்குகின்ற திருநீற்றினை அணிந்திருப்பவனுமாகிய சிவனைக் காலம் தாழ்த்தாமல் விரைந்து வணங்கி நினைப்பாயாக.

நினையா தொழிதிகண்டாய்நெஞ்சமே இங்கோர்
தஞ்சமென்று
மனையாளையும் மக்கள் தம்மையுந் தேறிஓர் ஆறுபுக்கு
நனையாச் சடைமுடி நம்பன்நந் தாதைநொந்
தாதசெந்தீ
அனையான் அமரர் பிரான் அண்ட வாணன்
அடித்தலமே. (13)

நெஞ்சமே! மனைவி, மக்களை அடைக்கலமென்று நினையாதே. கங்கை ஆறு புகுந்தும் நனையாத சடைமுடியை உடைய நம் பெருமானும் நம் தந்தையுமான, அவியாத

சிவந்த தீயைப் போன்றவனும், தேவர்களின் தலைவனும், அண்டத்தில் உறைபவனுமான சிவனின் திருவடியை அடைக்கலம் என்று நினைந்து தொழுவாயாக.

அடித்தலத்தின் அன்றரக்கன்ஐந்நான்கு தோளும்
முடித்தலமும் நீமுரித்த வாறென் - முடித்தலத்தின்
ஆறாடி ஆறா அனலாடி அவ்வனலின்
நீராடி நெய்யாடி நீ. (14)

முடியிடத்தே கங்கையைக் கொண்டவனும், அவியாத தீயில் ஆடுகிறவனும், அந்தத் தீயிலான நீற்றினை அணிபவனும், நெய்யாடுதலைச் செய்பவனுமாகிய நீ உன் திருவடிகளால் முன்னர் இராவணனுடைய இருபது தோள்களும், திருமுடிகளும் முறிந்தொழியுமாறு செய்தவகை எங்ஙனம்?

நீநின்று தானவர் மாமதில் மூன்றும் நிரந்துடனே
தீநின்று வேவச் சிலைதொட்டவாறென்
திருங்குவல்வாய்ப்
பேய்நின்று பாடப் பெருங்கா டரங்காப்
பெயர்ந்துநட்டம்
போய்நின்ற பூதந் தொழச்செய்யும் மொய்கழற்
புண்ணியனே. (15)

பிணம் தின்னும் வற்றிய வாயினையுடைய பேய் நின்றுகொண்டு பாட, பூதங்கள் தொழுதிட, பெரிய சுடுகாட்டை அரங்கமாகக் கொண்டு சுழன்று நடனமாடும் வீரக்கழலணிந்த புண்ணியனே! அசுரருடைய பெரிய மதில் மூன்றும் தீயில் வெந்திட, நீ நின்று வில்லேந்திய காரணம் என்ன?

புண்ணியங்கள் செய்தனவும் பொய்ந்நெறிக்கட்
சாராமே

எண்ணியோ ரைந்தும் இசைந்தனவால் - திண்ணிய
கைம்மாவின் ஈருரிவை மூவரும் போர்த்துகந்த
அம்மானுக் காட்பட்ட அன்பு. (16)

செய்த புண்ணியங்களும் பொய்யான வழிகளில் செல்லாமல் எண்ணிய ஐந்து எழுத்துகளும் பொருந்தின. இதற்குக் காரணம், வலிமையான யானையின் தோலைப் போர்த்தியவனும், அயன், அரன், அரி என்னும் மூவுருவமும் உடைய தலைவனுமாகிய உன்னைத் தொழுது பெற்ற அன்பினாலேயாம்.

அன்பால் அடைவதெவ்வாறுகொல் மேலதோ ராடரவம்
தன்பால் ஒருவரைச் சாரவொட் டா(து) அதுவேயுமன்றி
முன்பா யினதலை யோடுகள் கோத்தவை ஆர்த்து வெள்ளை
என்பா யினவும் அணிந்தங்கோர் ஏறுகந் தேறுவதே. (17)

உன் உடலின்மேல் ஆடுகிற பாம்பு, தான் இருக்கும் இடத்தை எவரையும் அணுகவிடாது. அதுவும் அல்லாமல், இறந்தவர்களின் தலையோடுகளை மாலையாகக் கோத்து, வெள்ளெலும்புகளையும் அணிந்து, அங்கே ஓர் எருதினையே விரும்பி ஏறியுள்ள நிலையில் அன்பால் உன்னை அடைவது எங்ஙனம்?

ஏறலால் ஏறமற் றில்லையே எம்பெருமான்
ஆறெலாம் பாயும் அவிர்சடையார் - வேறோர்
படங்குலவு நாகமுமிழ் பண்டமார்ச் சூழ்ந்த
தடங்கடல்நஞ் சுண்டார் தமக்கு. (18)

கங்கையாறு முழுமையாகப் பாயும் ஒளியுடைய சடையையுடைய எம்பெருமான், பண்டைக் காலத்தில்

தேவர்கள் கடைவதற்காகக் கூடிய பெரிய கடலில், வேறு ஒரு படம் பொலியும் நாகம் உமிழ்ந்த நஞ்சினை உண்டார். அவருக்கு எருதினை அன்றி ஏறிச் செலுத்த வேறொன்றும் இல்லையோ!

தமக்கென்றும் இன்பணி செய்திருப்போனுக்குத்
                                    தாமொருநாள்
எமக்கென்று சொன்னால் அருளுங்கொ லாமிணை
                                    யாதுமின்றிச்
சுமக்கின்ற பிள்ளைவெள் ளேறொப்ப
                        தொன்றுதொண்டைக்கனிவாய்
உமைக்கென்று தேடிப் பொறாதுடனே கொண்ட
                                    உத்தமரே.   (19)

தனக்கு ஒப்பாவது இல்லாமல், சுமக்கின்ற இளைய வெண்மையான எருதினைப் போல ஒன்றை, இனிய கனிபோன்ற வாயினையுடைய உமாதேவிக்குத் தனியே தேடிக் கொள்ளாமல், தன்னுடன் ஏற்றிச்செல்லும் உத்தமராகிய பெருமானுக்கு என்றும் இனிய தொண்டு செய்திருக்கும் எமக்கு அருளவேண்டும் என்றால், அவர் அருளுவாரா?

உத்தமராய் வாழ்வார் உலந்தக்கால் உற்றார்கள்
செத்த மரமடுக்கித் தீயாமுன் - உத்தமனாய்
நீளாழி நஞ்சுண்ட நெய்யாடி தன்திறமே
கேளாழி நெஞ்சே கிளர்ந்து.   (20)

கடல்போன்ற நெஞ்சமே! உத்தமராய் வாழ்ந்தவர் இறந்தபோது பட்டமரம் கொண்டு சுடுவதற்குமுன்னர், உயர்ந்த பக்தியுடையவனாகிக் கிளர்ச்சியுற்று, கடலில் வெளிப்பட்ட நஞ்சினை உண்ட நெய் முழுக்காடும் இறைவனின் திறத்தினைக் கேட்பாயாக.

அற்புதத் திருவந்தாதி

பிறந்து மொழிபயின்ற பின்னெல்லாம் காதல்
சிறந்துநின் சேவடியே சேர்ந்தேன் - நிறந்திகழும்
மைஞ்ஞான்ற கண்டத்து வானோர் பெருமானே
எஞ்ஞான்று தீர்ப்ப(து) இடர்.   (1)

கருமை வண்ணமான கழுத்தினை உடையவனே! தேவர்களுக்குத் தலைவனே! பூமியில் பிறந்து பேசப் பழகியதுமுதலாகப் பேரன்பு சிறந்திட உன்னுடைய சிவந்த அடிகளைச் சேர்ந்தேன். எப்பொழுது எனது துன்பத்தினை நீக்கப் போகிறாய்?

இடர்களையா ரேனும் எமக்கிரங்கா ரேனும்
படரும் நெறிபணியா ரேனும் - சுடருருவில்
என்பராக் கோலத் தெரியாடும் எம்மானார்க்(கு
அன்பறா(து) என்நெஞ் சவர்க்கு.   (2)

எமது துன்பத்தை நீக்கவில்லை என்றாலும், என்மீது இரக்கம் கொள்ளவில்லை என்றாலும், செல்லும் வழிகுறித்து ஆணையிடவில்லையென்றாலும், ஒளி பொருந்திய மேனியில் எலும்பு மாலையை அணிந்து நெருப்பில்

நடனமாடும் எம்பெருமானிடம் எனது நெஞ்சம் அன்பு கொண்டிருத்தலை ஒழியாது.

அவர்க்கே எழுபிறப்பும் ஆளாவோம் என்றும்
அவர்க்கேநாம் அன்பாவ தன்றிப் - பவர்ச்சடைமேற்
பாகாப்போழ் சூடும் அவர்க்கல்லால் மற்றொருவர்க்(கு)
ஆகாப்போம் எஞ்ஞான்றும் ஆள். (3)

சிவபெருமானுக்கு ஏழு பிறப்பினும் அடிமையாகி, எப்பொழுதும் அவருக்கு நாம் அன்பு செய்திருப்போம். அடர்ந்த சடையின்மீது பகுக்கவியலாத பிறைநிலவைச் சூடியிருக்கும் அவரைத் தவிர மற்றொருவருக்கு எக்காலத்திலும் அடிமையாக மாட்டோம்.

ஆளானோம் அல்லல் அறிய முறையிட்டாற்
கேளாத(து) என்கொலோ! கேள் ஆமை நீள் ஆகம்
செம்மையான் ஆகித் திருமிடறு மற்றொன்றாம்
எம்மையாட் கொண்ட இறை. (4)

நீண்டுயர்ந்த உடல் சிவந்த நிறத்தினை அடையவும், அழகிய கழுத்து கருமை நிறம் அடையவும் எம்மை ஏற்றுக்கொண்ட பெருமானுக்கு அடிமையாக ஆயினோம். எமது துன்பத்தினை அவரிடம் முறையிட்டால் செவிகொடுத்துக் கேளாதிருப்பது என்ன காரணமோ?

இறைவனே எவ்வுயிருந் தோற்றுவிப்பான்; தோற்றி
இறைவனே ஈண்டிறக்கஞ் செய்வான்; இறைவனே
எந்தாய் என இரங்கும்; எங்கள்மேல் வெந்துயரம்
வந்தால் அது மாற்றுவான். (5)

இறைவனே எல்லா உயிர்களையும் தோற்றுவிப்பவன் ஆவான்; படைத்தவற்றை நிலவச் செய்து, இவ்வுலகில்

அவற்றை அழிப்பவனும் ஆவான். எந்தையே என்று இரக்கமுற்று வேண்டும், எங்கள்மீது கொடிய துன்பம் வந்தால் அதைப் போக்குவான்.

வானத்தான் என்பாரும் என்கமற் றும்பர்கோன்
தானத்தான் என்பாரும் தாமென்க - ஞானத்தான்
முன்நஞ்சத் தாலிருண்ட மெய்யொளிசேர் கண்டத்தான்
என்நெஞ்சத் தானென்பன் யான். (6)

அறிவே உருவானவனும், முன்பு நஞ்சினால் கருமையுற்ற ஒளிவீசும் கழுத்தையுடையவனுமான சிவபெருமானை, வானலோகத்தினன் என்றும், தேவர்களின் தலைவனான அவனை இம்மண்ணுலகத்தினன் என்றும் சொல்கிறவர்கள் சொல்லட்டும். நான், என்னுடைய நெஞ்சில் உள்ளவன் என்றுதான் கூறுவேன்.

யானே தவமுடையேன் என்னெஞ்சே நன்னெஞ்சம்
யானே பிறப்பறுப்பான் எண்ணினேன்; - யானே அக்
கைம்மா வுரிபோர்த்த கண்ணுதலான் வெண்ணீற்ற
அம்மானுக் காளாயி னேன். (7)

நானே தவத்தினையுடையவன். என் நெஞ்சம் நல்ல நெஞ்சமாகும். பிறப்பினைத் துறந்திட நினைத்து யானையின் தோலைப் போர்த்தியிருக்கும், வெண்மையான திருநீறு பூசியிருக்கும் நெற்றிக் கண்ணனாகிய சிவபெருமானுக்கு அடிமை ஆயினேன்.

ஆயினேன் ஆள்வானுக்(கு) அன்றே பெறற்கரியன்
ஆயினேன் அஃதன்றே ஆமாறு - தூய
புனற்கங்கை ஏற்றானோர் பொன்வரையே போல்வான்
அனற்கங்கை ஏற்றான் அருள். (8)

உலகெல்லாம் ஆள்கின்ற பெருமானுக்கு அடியேன் ஆயினேன். அப்பொழுதே பெறுதற்கு அரியது பெற்றேன். தூய கங்கை ஆற்றினைச் சடையில் ஏற்றவனும், இமயமலையைப் போன்ற நிறத்தினை உடையவனும், தீயைத் தனது உள்ளங்கையில் கொண்டவனுமாகிய இறைவனின் அருள் வந்ததும் வழி அதுவன்றோ?

அருளே, உலகெலாம் ஆள்விப்ப(து) ஈசன்
அருளே, பிறப்பறுப்ப தானால், - அருளாலே
மெய்ப்பொருளை நோக்கும் விதியுடையேன்; எஞ்ஞான்றும்
எப்பொருளும் ஆவ தெனக்கு. (9)

ஈசன் அருளே உலக உயிர்களைக் காக்கின்றது; ஈசன் அருளே பிறவியை ஒழிக்கின்றது. அருளின் செயல் இதுவாயின், அவ்வருளாலே உண்மைப் பொருளை அறிந்துகொள்ளும் விதியுடையேன் ஆயினேன். எனவே, எனக்கு எக்காலத்திலும், எல்லாப் பொருளும் கைகூடி வரும்.

எனக்கினிய எம்மானை, ஈசனையான் என்றும்
மனக்கினிய வைப்பாக வைத்தேன்; - எனக்கவனைக்
கொண்டேன் பிரானாகக் கொள்வதுமே இன்புற்றேன்
உண்டே எனக்கரிய தொன்று. (10)

எனக்கு இனியவனாகிய எம்பெருமானை, ஈசனை நான் எப்பொழுதும் மனத்தில் இனிமைதரும் பொருளாக வைத்தேன். அவனை எனக்குத் தலைவனாகக் கொண்டவுடன் மகிழ்ச்சி அடைந்தேன். இதைவிட எனக்கு அரிதான பொருள் வேறு உண்டோ?

ஒன்றே நினைந்திருந்தேன்; ஒன்றே துணிந்தொழிந்தேன்;
ஒன்றேயென் உள்ளத்தின் உள்ளடைத்தேன் ஒன்றேகாண்

கங்கையான், திங்கட் கதிர்முடியான் பொங்கொளிசேர்
அங்கையாற்(கு) ஆளாம் அது.   (11)

நான் ஒன்றையே நினைத்திருந்தேன். அவ்வொன்றையே
உறுதியாகக் கொண்டு பிறவற்றிலிருந்து நீங்கினேன்.
அவ்வொன்றையே என் உள்ளத்தினில் இருத்தினேன்.
கங்கையையும், கதிரொளி வீசும் நிலவையும் சடையில்
அணிந்தவனும், ஒளிவீசும் கரங்களையும் உடைய
சிவபெருமானுக்கு அடிமையாகின்ற தன்மையே
அவ்வொன்றாகும்.

அதுவே பிரான்ஆமா(று) ஆட்கொள்ளு மாறும்
அதுவே யினியறிந்தோ மானால் - அதுவே
பனிக்கணங்கு கண்ணியார் ஒண்ணுதலின் மேலோர்
தனிக்கணங்கு வைத்தார் தகவு.   (12)

இறைவனே தலைவனாக இருப்பதும்,
அடிமைகொள்பவனுமாக இருப்பதும் என்று இனி
அறிந்திட்டால், குளிர்ச்சியான மலர்மாலைகளைச்
சூடியிருக்கின்ற இறைவனின் ஒளி பொருந்திய
நெற்றியின்மேல் ஒப்பற்ற ஓர் கண்ணினை உடைய
சிவபெருமானின் சிறப்பை அறியலாம்.

தகவுடையார் தாமுளரேல் தாரகலஞ் சாரப்
புகவிடுதல் பொல்லாது கண்டீர்; மிகவடர்
ஊர்ந்திடுமா நாகம் ஒருநாள் மலைமகனைச்
சார்ந்திடுமே லேபாவந் தான்.   (13)

மிக நெருக்கமாக ஊர்ந்திடும் பெரிய நாகப்பாம்பு
என்றேனும் ஒருநாள் மலைமகளிடம் செல்லும்போது,
பாவம் நிகழும். சிறப்பான தகுதியுடையவராக இருப்பவர்
இறைவன் என்றால், மாலையை அணிந்துள்ள தமது

மார்பினையொட்டி அப்பாம்பு புகுந்திடவிட்டிருந்தால் பொல்லாத செயலாகும். இதனை உணர்வீர்களாக!

தானே தனிநெஞ்சத் தன்னையுயக் கொள்வான்,
தானே பெருஞ்சேமஞ் செய்யுமால்; - தானேயோர்
பூணாகத் தாற்பொலிந்து, பொங்கழல் சேர் நஞ்சுமிழும்
நீணாகத் தானை நினைந்து.   (14)

ஓர் அணியாக மார்பில் பொலிவுற்று, தீயினைப் போன்ற நஞ்சினை உமிழும் நீளமான நாகத்தை அணிந்திருக்கின்றவனை நினைந்து, தன்னை உய்ந்துகொள்ளுமாறு செய்ய, சிறப்பான நெஞ்சமானது தானாகவே பெரும் காவலைச் செய்துகொள்ளும்.

நினைந்திருந்து வானவர்கள் நீள்மலராற் பாதம்
புனைந்தும் அடிபொருந்த மாட்டார்; நினைந்திருந்து
மின்செய்வான் செஞ்சடையாய்; வேதியனே என்கின்றேற்(கு)
என் செய்வான் கொல்லோ இனி.   (15)

தேவர்கள் எப்பொழுதும் இறைவனை நினைந்திருந்து, மிகுதியான மலர்களால் அவனுடைய பாதத்தைப் போற்றியும், அவ்வடியை அடையமாட்டார்கள். ஒளிவீசும் சடையை உடையவனே, வேதத்தினையுடையவனே என்று வணங்குகிற எனக்கு இனிமேல் என்ன செய்வானோ தெரியவில்லை.

இனியோநாம் உய்ந்தோம் இறைவன் அருள்சேர்ந்தோம்;
இனியோர் இடரில்லோம், நெஞ்சே; - இனியோர்
வினைக்கடலை யாக்குவிக்கும் மீளாப் பிறவிக்
கனைக்கடலை நீந்தினோம் காண்.   (16)

நெஞ்சமே! இனித் துன்பம் அற்ற நிலையினை அடைந்தோம். இறைவனின் அருளை அடைந்துவிட்டோம். இனி, எத்தகைய தீமையும் இல்லாதநிலையை அடைந்தோம். இனி, வினையாகிய கடலை உண்டாக்கும், இடையறாத பிறவியாகிய கடலை நீந்திக் கடந்திட்டோம் என்பதை அறிவாயாக.

காண்பார்க்குங் காணலாந் தன்மையனே; கைதொழுது
காண்பார்க்குங் காணலாங்; காதலாற் காண்பார்க்குச்
சோதியாய்ச் சிந்தையுளே தோன்றுமே; தொல்லுலகுக்
காதியாய் நின்ற அரன். (17)

பழமையான உலகிற்கு மூலமாகவுள்ள இறைவன், கையால் தொழுது காண்பவர்கட்கும் காட்சிதரும் இயல்புடையவன்; உள்ளன்புடன் காண்பவர்கட்கும் காணுதல் கூடும் தன்மையினன். மனத்தினுள் காண்பவர்களுக்கு அவர்தம் உள்ளத்திலே சுடர்மயமாகத் தோன்றும் இயல்பினன்.

அரனென்கோ! நான்முகன் என்கோ! அரிய
பரனென்கோ! பண்புணர மாட்டேன்; முரண் அழியத்
தானவனைப் பாதத் தனிவிரலாற் செற்றானை
யானவனை, எம்மானை இன்று. (18)

இராவணனின் முரண்பாடு அழியுமாறு, காலின் ஒற்றைவிரலால் நசுக்கியவனாகிய என் தலைவனை, யாரும் அறிய இயலாத உருத்திரன் என்று சொல்வேனோ? பிரம்மன் என்று சொல்வேனோ? திருமால் என்று சொல்வேனோ? அவனுடைய சிறப்பான பண்புகளை உணர்தற்கில்லை.

இன்று நமக்கெளிதே! மாலுக்கும் நான்முகற்கும்
அன்றும் அளப்பரியன் ஆனானை - என்றும் ஓர்
மூவா மதியானைமூவே மூலகங்கள்
ஆவானைக் காணும் அறிவு. (19)

என்றும் மூப்படையாத பிறையைச் சூடியவனை, மூவேழு உலகங்களிலும் நிறைந்திருப்பவனை, முன்னர் திருமாலுக்கும், பிரம்மனுக்கும் அளப்பதற்கு அரியவன் ஆகியவனை அறிந்து உணர்கின்ற அறிவு, இன்று எனக்கு எளிதாகக் கிடைத்தது.

அறிவானுந் தானே அறிவிப்பான் தானே
அறிவாய் அறிகின்றான் தானே - அறிகின்ற
மெய்ப்பொருளுந் தானே விரிசுடர், பார், ஆகாயம்
அப்பொருளுந் தானே அவன். (20)

இறைவன் எல்லாவற்றையும் அறிகின்றவனாக இருக்கின்றான். உயிர்களுக்கு அறிவிப்பவனும் அவனாக இருக்கின்றான்; அறிவுமயமாகி அறிகின்றவனும் அவனேயாவான். அறியப்படுகின்ற உண்மைப் பொருளும், விரியும் சுடர்களான ஞாயிறும், திங்களும், பாரும் விரிந்த ஆகாயம் ஆகியனவும் அவனேயாவான்.

அவனே இருசுடர், தீ, ஆகாசம் ஆவான்.
அவனே புவிபுனல், காற்(று) ஆவான் அவனே
இயமான னாய்அட்ட மூர்த்தியுமாய் ஞான
மயனாகி நின்றானும் வந்து. (21)

இறைவனே ஞாயிறு, திங்கள், தீ, ஆகாயம், நிலம், நீர், காற்று ஆவான். அவனே ஆன்மாவாகி, எட்டு மூர்த்தியும் ஆகி, ஞானத்தின் வடிவமாகி அருளுபவனும் ஆவான்.

வந்திதனைக் கொள்வதே யொக்குமிவ் வாளரவின்
சிந்தை யது தெரிந்து காண்மினோ! வந்தோர்
இராநீர் இருண்டனைய கண்டத்தீர் எங்கள்
பிரானிடம் சென்னிப் பிறை. (22)

இறைவனே! இருளைப்போன்ற கழுத்தை உடையவனே! எங்களுடைய தலைவனாக இருப்பது நீயே! ஒளிபொருந்திய இப்பாம்பின் எண்ணம் உன்னுடைய தலையில் சூடியிருக்கும் பிறை நிலவை விழுங்குவதுபோல இருக்கிறது. நீ பார்த்துக் கொள்வாயாக!

பிறையும், புனலும், அனலரவுஞ் சூடும்
இறைவர் எமக்கிரங்கா ரேனுங் - கறைமிடற்ற
எந்தையார்க்(கு) ஆட்பட்டேம் என்றென்றிருக்குமே
எந்தையா உள்ள மிது. (23)

பிறைச் சந்திரனையும், கங்கையினையும், பாம்பையும், நெருப்பையும் அணிந்திருக்கின்ற இறைவன் என்மேல் இரக்கம் காட்டவில்லை யென்றாலும், கறையான கழுத்தினையுடைய எம் இறைவனுக்கு அடிமைப்பட்டிருக்கிறோம் என்று என் உள்ளம் எண்ணியிருக்கிறது.

இதுவன்றே ஈசன் திருவுருவம் ஆமா(று)!
இதுவன்றே என்றனக்(கு) ஓர் சேமம் - இதுவன்றே
மின்னுஞ் சுடருருவாய் மீண்டாயென் சிந்தனைக்கே
இன்னுஞ் சுழல்கின்ற(து) இங்கு. (24)

இறைவனே! மின்னும் சுடர் வடிவமாக உன் உள்ளத்தில் வந்தால் இச்சுடர் இன்னும் இவ்வுள்ளத்தே சுழன்று ஒளிர்கின்றது. இதுவன்றோ ஈசனுடைய திருவுருவமாகும்; இதுவன்றோ எனக்கு வைப்புப் பொருளுமாகும்.

இங்கிருந்து சொல்லுவதென் எம்பெருமான் எண்ணாதே
எங்கும் பலிதிரியும் எத்திறமும் - பொங்கிரவில்
ஈமவனத் தாடுவதும் என்னுக்கென் றாராய்வோம்
நாமவனைக் காணலுற்ற ஞான்று. (25)

எம்பெருமான் எதனையும் எண்ணாமல் எல்லா இடத்திலும் பலிவேண்டும் செயலையும், கரிய இருளில் நடனமாடுவதையும் நாம் அவனை நேரில் காணும்போது, எதற்காகச் செய்தான் எனக் கேட்டு ஆராய்வோம். அவன் இல்லாமல் இங்கிருந்து நாமாகச் சொல்வதனால் என்ன பயன்?

ஞான்ற குழற்சடைகள் பொன்வரைபோல் மின்னுவன
போன்ற கறைமிடற்றான் பொன்மார்பின் ஞான்றெங்கும்
மிக்கயலே தோன்ற விளங்கி மிளிருமே
அக்கயலே வைத்த அரவு. (26)

தொங்கிய சுருளான சடைகள், மேருமலையின் உச்சியில் மின்னும் மின்னல்களைப் போன்றன. கறை படிந்த கழுத்தினை உடையவனின் பொன்னிற மார்பில் எலும்பு மாலையின் அருகில் தொங்கும் பாம்பு, எல்லாவற்றிலும் மிக்கத் தோன்றி எங்கும் ஒளிரும்.

அரவமொன்(று) ஆகத்து நீநயந்து பூணேல்;
பரவித் தொழுதிரந்தோம் பன்னாள்; - முரணழிய
ஒன்னாதார் மூவெயிலும் ஓரம்பால் எய்தானே
பொன்னாரம் மற்றொன்று பூண். (27)

இறைவனே! உன்னுடைய உடலில் நாகப்பாம்பை விருப்பத்துடன் அணியாதே என்று நீண்டகாலமாக வணங்கிக் கேட்டுக்கொண்டோம். பகைவருடைய முரண்பாடு அழிய மூன்று மதில்களையும் ஓர் அம்பினால் தாக்கியவனே! பொன்னால் ஆன மாலையை அணிந்துகொள்வாயாக!

பூணாக வொன்று புனைந்தொன்று பொங்கதளின்
நாணாக மேல்மிளிர நன்கமைத்துக் - கோள்நாகம்
பொன்முடிமேற் சூடுவது மெல்லாம் பொறியிலியேற்
கென்முடிவ தாக, இவர். (28)

இறைவன், உயிர்களைக் கொல்லும் நாகத்தினை மார்பில் பூணாக அணிந்தும், இன்னொரு பாம்பினைப் புலித்தோல் மேல் கட்டும் கயிறாகக் கட்டியும், வேறொரு பாம்பினை அழகிய முடியின்மேல் சூடிக்கொள்வதும் ஆகிய இவையெல்லாம் அறிவில்லாத எனக்கு என்ன முடிவு ஏற்படுவதற்காக?

இவரைப் பொருளுணர மாட்டாதார் எல்லாம்
இவரை யிகழ்வதே கண்டீர்; - இவர்தமது
பூக்கோல மேனிப் பொடிபூசி, என்பணிந்த
பேய்க்கோலங் கண்டார் பிறர். (29)

இறைவன் தனது பூப்போன்ற அழகிய மேனியில் திருநீற்றினை அணிந்து, எலும்பு மாலை அணிந்த பேய் போன்ற தோற்றத்தைக் கண்ட பிறர், இவனுடைய தத்துவப் பொருண்மையை அறியாமல் இகழ்ந்து பேசுவதைப் பாருங்கள். உண்மையுணர்வீர்!

பிறரறிய லாகாப் பெருமையருந் தாமே;
பிறரறியும் பேருணர்வுந் தாமே; - பிறருடைய
என்பே அணிந்திரவில் தீயாடும் எம்மானார்
வன்பேயும் தாமும் மகிழ்ந்து. (30)

பிறருடைய எலும்புகளை அணிந்து வலிய பேயுடன் சேர்ந்து மகிழ்வுற்று, இரவில் சுடுகாட்டுத் தீயில் ஆடும்

பெருமான், அடியாரல்லாத பிறர் அறிய இயலாத பெருமையுடையவர். அவரின் மெய்யடியார்கள் அறிதற்குரிய, பெரும் ஞான வடிவமானவர்.

மகிழ்தி மடநெஞ்சே மானுடரில் நீயும்
திகழ்தி பெருஞ்சேமஞ் சேர்ந்தாய் - இகழாதே
யாரென்பேயேனும் அணிந்துழல்வார்க்(கு) ஆட்பட்ட
பேரன்பே இன்றும் பெருக்கு. (31)

மடமையான நெஞ்சமே! வெறுப்பில்லாமல் யாருடைய எலும்பையும் அணிந்து திரிகின்றவருக்கு அடிமையாகிப் பெரிய அன்பையே இன்னும் பெருக்குவாயாக! அதனால் மகிழ்ச்சி அடைவாயாக! மானுடரில் தனித்து விளங்குவாய் பெரும் பாதுகாவலைப் பெறுவாய்.

பெருகொளிய செஞ்சடைமேற் பிள்ளைப் பிறையின்
ஒருகதிரேபோந்தொழுகிற் றொக்கும்; தெரியின்
முதற்கண்ணான் முப்புரங்கள் அன்றெரித்தான் மூவா
நுதற்கண்ணான் தன் மார்பின் நூல். (32)

நெற்றிக்கண்ணால் முப்புரங்களை முன்னர் எரித்தவனும், என்றும் அழியாத நெற்றிக்கண்ணை உடையவனுமாகிய சிவபெருமானின் மார்பில் முப்புரி நூலானது, பொங்கிடும் ஒளிவீசும் செம்மை நிறமுடைய சடையின்மேலுள்ள இளம்பிறையின் கதிர்களுள் ஒன்று இறங்கிவழிவது போன்று விளங்குகின்றது.

நூலறிவு பேசி நுழைவிலா தார்திரிக்
நீல மணிமிடற்றான் நீர்மையே - மேலுலந்த(து)
எக்கோலத்(து) எவ்வுருவாய்? எத்தவங்கள் செய்வார்க்கும்
அக்கோலத்(து) அவ்வுருமே ஆம். (33)

நுண்ணிய மெய்ப்பொருளுணர்ச்சி இல்லாதவர் நூல்களைப் பற்றிப் பேசிக்கொண்டு திரிந்து காலத்தை வீணாக்கட்டும். நீலமான மணிபோல ஒளிரும் கழுத்தையுடைய சிவபெருமானின் பெருமை தனக்கு மேல் உயர்வு ஒன்றும் இல்லாததாயிற்று. எந்த வடிவாய், எந்த வண்ணத்துடன் வரவேண்டி, எத்தகைய தவங்களைச் செய்திருப்பாருக்கும் அதே வடிவுடனும், அதே கோலத்துடனும் இறைவன் வந்தருள்வான்.

ஆமா றறியாவே வல்வினைகள்; அந்தரத்தே
நாம் ஆளென்(று) ஏத்தார் நகர்மூன்றும் - வேமா(று)
ஒருகணையாற் செற்றானை உள்ளத்தால் உள்ளி
அருகணையா தாரை யடும்.   (34)

வானில் நின்று தாம் அடிமை இல்லை என்று பணிந்து வணங்காத மூன்று கோட்டைகளும் எரியுமாறு ஓர் அம்பினால் அழித்தவனை மனத்தினால் நினைந்து, அவனை நாடி வணங்காதவரை, வலிய தீவினைகள் அவரவர் எய்தியுள்ள நெறிகளின் நிலைகளை மதியாது அழிக்கும்.

அடுங்கண்டாய் வெண்மதியென்(று) அஞ்சி இருள்போந்
திடங்கொண்டிருக்கின்ற தொக்கும் - படங்கொள்
அணிமிடற்ற பேழ்வாய் அரவசைத்தான் கோல
மணிமிடற்றின் உள்ள மறு.   (35)

படத்தினைக் கொண்ட அழகிய கழுத்தையும், பிளந்த வாயையும் உடைய பாம்பினை இறுகக் கட்டியவனின் அழகிய நீலமணி போன்ற கழுத்திலுள்ள கறையானது, வெண்மதி அழிக்கும் என்று அஞ்சிய இருள் திரண்டு வந்து பாதுகாவலான இடமென்று கண்டு இருத்தலைப்போலுள்ளது.

மறுவுடைய கண்டத்தீர் வார்சடைமேல் நாகம்
தெறுமென்று தேய்ந்துழலும் ஆ! ஆ! - உறுவான்
தளரமீ தோடுமேல் தான் அதனை அஞ்சி
வளருமோ பிள்ளை மதி. (36)

கறையினையுடைய கழுத்துடையீர்! இளைய நிலவானது நீளமான சடையில் இருக்கின்ற நாகம் தன்னை விழுங்கிவிடும் என்று பயந்து தினமும் தேய்ந்து வருந்தும். அது வளர்ச்சியடையுமோ?

மதியா அடலவுணர் மாமதில் மூன்றட்ட
மதியார் வளர்சடையி னானை - மதியால்
என்பாக்கை யாலிகழா(து) ஏத்துவரேல் இவ்வுலகில்
என்பாக்கை வாய்ப்பிறவார் ஈண்டு. (37)

தன்னை மதியாத வலிமையான அரக்கர்களின் மூன்று மதில்களை அழித்தவரும், வளரும் மதி பொருந்திய சடையினை உடையவருமான சிவபெருமான், எலும்பு மாலை அணிந்திருப்பது பற்றி இகழாமல் இவ்வுலகில் போற்றுவாரெனில், எலும்புடன் கூடிய உடலினராய் அவர்கள் மீண்டும் பிறக்கமாட்டார்கள்.

ஈண்டொளிசேர் வானத் தெழுமதியை வாளரவந்
தீண்டச் சிறுகியதே போலாதே? - பூண்டதோர்
தாரேறு பாம்புடையான் மார்பில் தழைந்திலங்கு
கூரேறு காரேனக் கொம்பு. (38)

பாம்பினை மாலையாக அணிந்திருக்கும் மார்பில் ஒளிபொருந்தி விளங்கிடும் கூர்மையான கரிய பன்றிக் கொம்பானது, ஒளி பொருந்திய வானத்தில் தோன்றுகின்ற திங்களை ஒளிமிக்க பாம்பு தீண்டிட வளர்ச்சி குன்றிக் குறைந்ததுபோலிருக்கும்.

கொம்பினையோர் பாகத்துக் கொண்டு குழகன்தன்
அம்பவள மேனி அதுமுன்னஞ் - செம்பொன்
அணிவரையே போலும் பொடி அணிந்தால் வெள்ளி
மணிவரையே போலும் மறித்து.   (39)

பூங்கொம்பு போன்ற உமாதேவியைத் தனது உடலின் ஒரு பாகத்தில் கொண்டிருக்கும் அழகனான சிவபெருமானின் பவளம் போன்ற உடலானது, சிவந்த பொன்மலைபோல விளங்கும். மீண்டும் திருநீறு அணிந்தால் வெள்ளிமலையான கயிலாயத்தைப் போன்று விளங்கும்.

மறித்து மடநெஞ்சே வாயாலுஞ் சொல்லிக்
குறித்துத் தொழுந்தொண்டர் பாதங் குறித்தொருவர்
கொள்ளாத திங்கட் குறுங்கண்ணி கொண்டார்மாட்(டு)
உள்ளாதார் கூட்டம் ஒருவு.   (40)

மடமையான நெஞ்சமே! வாயினால் போற்றியும் உடலினால் தொழுதும் இறைவனை வணங்குகின்ற அடியார்களுடைய திருவடிகளைப் பணிவாயாக. மூன்றாம் பிறைச்சந்திரனை மாலையாகச் சூடியிருப்பவனை எண்ணாதவர் கூட்டத்தினை விட்டு நீங்கி விடு.

ஒருபால் உலகளந்த மாலவனாம்; மற்றை
ஒருபால் உமையவளாம் என்றால், - இருபாலும்
நின்னுருவ மாக நிறந்தெரிய மாட்டோமால்
நின்னுருவோ, மின்னுருவோ? நேர்ந்து.   (41)

ஒருபால் உலகளந்த திருமாலும், மறுபக்கத்தில் உமாதேவி என்று கூறின், இருபுறத்திலும் உன்னுடைய வடிவம் என்ன என்று அறிய இயலவில்லை. உன்னுடைய உருவம் உற்று நோக்கும்போது மின்னலைப் போன்ற ஒளி உடையதா?

நேர்ந்தரவங் கொள்ளச் சிறுகிற்றோ? நீயதனை
ஈர்ந்தளவே கொண்டி சைய வைத்தாயோ? பேர்ந்து
வளங்குழவித் தாய்வளர மாட்டாதோ? என்னோ,
இளங்குழவித் திங்கள் இது? (42)

இறைவனே! இளமையான பிறைநிலவு என்றும் மெலிவாகக் காட்சியளிப்பது பாம்பு தீண்டியதால்தானா? உன் சடைக்குப் பொருந்தும் அளவாக அறுத்து அணிந்து கொண்டனையோ? வளம் பொருந்தும் குழவியாய் நிலைமாறி வரவரப் பெருகி வளர இயலாத நிலையுடையதோ?

திங்கள் இதுசூடிச் சில்பலிக்கென்று ஊர் திரியேல்
எங்கள் பெருமானே என்றிரந்து - பொங்கொளிய
வானோர் விலக்காரேல், யாம்விலக்க வல்லமே
தானே யறிவான் தனக்கு. (43)

தானாகவே எல்லாம் அறிய வல்லமைபெற்ற சிவபெருமானிடம், இளமையான பிறைநிலவைத் தலையில் சூடிக்கொண்டு, எளிய பலி பெறுவதற்காக ஊர் ஊராகத் திரியாதே எங்கள் பெருமானே! என்று ஒளி நிரம்பிய தேவர்களாலும் தடுக்க இயலவில்லை எனில், எங்களால் தடுக்கவியலுமா?

தனக்கே அடியனாய்த் தன்னடைந்து வாழும்
எனக்கே அருளாவாறு என்கொல்? மனக்கினிய
சீராளன், கங்கை மணவாளன் செம்மேனிப்
பேராளன், வானோர் பிரான். (44)

மனதிற்கு இனிய சிறப்பினையுடையவனும், கங்கையின் நாயகனும், சிவந்த மேனியையுடைய பெருமையுடையவனும், தேவர்களின் தலைவனுமாகிய சிவபெருமானுக்கே அடிமைப்பட்டு அடைக்கலம் என்று வாழும் எனக்கே அருளாமலிருப்பது ஏனோ?

பிரானவனை நோக்கும் பெருநெறியே பேணிப்
பிரானவன்தன் பேரருளே வேண்டிப் பிரானவனை
எங்குற்றான் என்பீர்கள் என்போல்வார் சிந்தையினும்
இங்குற்றான் காண்பார்க்(கு) எளிது. (45)

இறைவனைக் காணுகின்ற சிறந்த வழியினை வேண்டி, அவனது பெரிய அருளையே விரும்பி, அவன் எங்கு உள்ளான் எனக் கேட்பீர்கள். அவன் இப்பூமியில் என் போன்றவர்கள் உள்ளத்திலும் இருக்கிறான். உள்ளன்போடு காண்பவருக்கு அவனைப் பார்த்தல் எளிது.

எளிய(து) இது அன்றே! ஏழைகாள் யாதும்
அளியீர் அறிவிலிர்; ஆ! ஆ! ஒளிகொள் மிடற்(று)
எந்தையராப் பூண்டுழலும் எம்மானை உள்நினைந்த
சிந்தையராய் வாழுந் திறம். (46)

ஒளி பொருந்திய கழுத்தினையுடைய எந்தையை, பாம்பினை அணிந்து திரியும் எமது பெருமானை மனத்தில் நினைத்திருக்கும் உள்ளத்தினராய் வாழ்கின்றதன்மை எளிமையான செயல் அல்ல. அறியாமை உடையவர்களே! நீங்கள் எதுவும் பிறருக்குக் கொடுக்கமாட்டீர்கள்.

திறத்தால் மடநெஞ்சே சென்றடைவதல்லால்
பெறத்தானும் ஆதியோ பேதாய் - நிறத்த
இருவடிக்கண் ஏழைக் கொருபாகம் ஈந்தான்
திருவடிக்கட் சேருந்திரு. (47)

அறியாமை பொருந்திய நெஞ்சமே! ஒளி விளங்கும் மாவடுவைப் பிளந்ததுபோன்ற விழிகளையுடைய உமாதேவிக்குத் தனது உடலின் ஒரு பாகத்தினைத் தந்த சிவபெருமானின் திருவடியை அடையும் பேற்றினை அவனது அருளால், அவனிடம் சென்று அடைவதும்

அல்லாமல், நீயாக முயன்று பெறுவதற்கும் உரிமை பெற்றுள்ளாயோ?

திருமார்பில் ஏனச் செழுமருப்பைப் பார்க்கும்
பெருமான் பிறைக்கொழுந்தை நோக்கும்; ஒருநாள்
இதுமதியென்(று) ஒன்றாக இன்றளவுந் தேரா(து
அது, மதியொன் றில்லா அரா. (48)

அறிவில்லாத பாம்பு, இறைவனின் மார்பிலுள்ள பன்றியின் அழகிய கொம்பினைப் பிறைநிலவு என்று ஒருநாள் பார்க்கும். வேறொரு நாளில் பெருமானின் தலையிலுள்ள இளைய பிறையை நோக்கும். இன்றுவரையிலும் எது பிறையென்று குழம்பியிருக்கும்.

அராவி வளைத்தனைய அங்குழவித் திங்கள்
விராவு கதிர்விரிய ஓடி விராவுதலால்
பொன்னோடு வெள்ளிப் புரிபுரிந்தாற் போலாவே?
தன்னோடே ஒப்பான் சடை. (49)

தன்னையே தனக்கு ஒப்பானாகிய பெருமானின் சடையானது, அராவி வளைத்தது போன்ற அழகிய இளம்பிறையின் ஒளிக்கதிர்கள் பாய்ந்தோடி எங்கும் பரவுதலால், பொற் கம்பியோடு வெள்ளிக்கம்பியைச் சேர்த்து முறுக்கிவைத்தது போன்று விளங்கும்.

சடைமேல் அக் கொன்றை தருகனிகள் போந்து
புடைமேவித் தாழ்ந்தனவே போலும், முடிமேல்
வலப்பால் அக் கோலமதி வைத்தான் பங்கின்
குலப்பாவை நீலக் குழல். (50)

தன் முடிமேல் வலது பக்கத்தில் அழகிய பிறையினை வைத்துள்ள பெருமானின் ஒரு பாகத்தேயுள்ள நற்குலப்

பாவையாகிய உமாதேவியாரின் நீலவண்ணக்குழல் சடையானது, பரமனின் சடைமேலுள்ள கொன்றைக்கனிகள் ஒருபக்கத்தே பொருந்தித் தாழ்ந்து தொங்குவன போன்றிருக்கும்.

குழலார் சிறுபுறத்துக் கோல்வளையைப் பாகத்து
எழிலாக வைத்தேக வேண்டா கழலார்ப்பப்
பேரிரவில் ஈமப் பெருங்காட்டிற் பேயோடும்
ஆரழல்வாய் நீயாடும் அங்கு. (51)

அடர்ந்த இருளில் பிணமெரியும் சுடுகாட்டில் கழல் என்னும் அணிகலன் ஒலிக்க, பெருகி எரியும் நெருப்பில் நின்று, பேய்களுடன் கூடி நீ ஆடுகின்ற அவ்விடத்திற்கு, கூந்தல் புரளுகின்ற சிறிய முதுகையும், திரண்ட வளையினையும் உடைய உமாதேவியை உடலில் ஒரு பாகமாக அழகுடன் வைத்துக்கொண்டு செல்லுதல் வேண்டாம்.

அங்கண் முழுமதியஞ் செக்கர் அகல்வானத்(து)
எங்கும் இனிதெழுந்தால் ஒவ்வாதே செங்கண்
திருமாலைப் பங்குடையான் செஞ்சடைமேல் வைத்த
சிரமாலை தோன்றுவதோர் சீர். (52)

சிவந்த கண்ணினையுடைய திருமாலைத் தன் பாகமாகக் கொண்ட பெருமான், தனது சிவந்த சடைமேல் அணிந்துள்ள தலைமாலை, அழகிய முழுநிலவு, அகன்ற சிவந்த வானத்தில் இனிமையாகத் தோன்றியதுபோல உள்ளதல்லவா?

சீரார்ந்த கொன்றை மலர்தழைப்பச் சேணுலவி
நீரார்ந்த பேர்யாறு நீத்தமாய்ப் போரார்ந்த
நாண்பாம்பு கொண்டசைத்த நம்மீசன் பொன்முடிதான்
காண்பார்க்குச் செவ்வேயோர் கார். (53)

போர்த் தன்மையுடைய, நாண் போன்ற வடிவமுடைய பாம்பினை இடுப்பில் கட்டிய நம் ஈசனின் அழகிய திருமுடியில் சிறப்புவாய்ந்த கொன்றை மலர் காணப்பெறவும், நெடிது சென்று நீர் பரவிய பெரியாறு வெள்ளமாகப் பெருகவும், அச்செயலைக் காண்கிறவர்களுக்குக் கார்கால மேகம் போன்று தோன்றுகின்றது.

காருருவக் கண்டத்தெங் கண்ணுதலே எங்கொளித்தாய்?
ஒருருவாய் நின்னோடு யூதருவான், நீருருவ
மேகத்தாற் செய்தனைய மேனியான், நின்னுடைய
பாகத்தான் காணாமே பண்டு. (54)

மேகம் போன்ற நிறமுடைய கழுத்தினையும், நெற்றிக்கண்ணையும் உடைய எம்பெருமானே! ஓர் உருவத்தடங்கி உன்னுடன் சுழன்று திரிவானும், நீரினை உறிஞ்சிடும் கரிய மேகத்தால் ஆக்கியது போன்ற மேனியையுடையவனுமாகிய திருமால் பண்டைக்காலத்தில் உன்னைக் காண இயலாதவாறு எங்கு ஒளிந்தாய்?

பண்டமரார் அஞ்சப்படுகடலின் நஞ்சுண்டு.
கண்டங் கறுத்தவும் அன்றியே உண்டு
பணியுறுவார் செஞ்சடைமேற் பால்மதியின் உள்ளே
மணிமறுவாய்த் தோன்றும் வடு. (55)

பண்டைக்காலத்தில் தேவர்கள் அஞ்சுமாறு ஒலியெழுப்பும் கடலில் தோன்றிய நஞ்சினை அருந்திக் கழுத்தில் கறுமையான வடுத் தோன்றியதும் அல்லாமல், பாம்பு உறைந்திருக்கும் நீண்ட சிவந்த சடைமீதுள்ள பால் போன்ற வெண்ணிறமுடைய மதியினுள்ளேயும், அழகிய மருவாகத் தோன்றும் வடு உள்ளது.

வடுவன் றெனக்கருதி நீமதித்தி யாயின்
சுடுவெண் பொடிநிறத்தாய், சொல்லாய் படுவெண்
புலால்தலையின் உள்ளூண் புறம் பேசக்கேட்டோம்;
நிலாத்தலையிற் சூடுவாய் நீ. (56)

தலைமுடியில் நிலாவைச் சூடியவனே! சுட்ட வெள்ளிய திருநீறணிந்த அழகிய நிறத்தினை உடையவனே! நிலவின் மையத்தில் உள்ள மருவினைத் தழும்பு அல்ல என்று நினைத்து நீ மதிப்பாயாயின், இறந்துபட்ட வெள்ளிய புலால்வீசும் தலையோட்டினுள் உள்ள ஊணே உன்னைப் பழித்துப் புறங்கூறுதலைக் கேட்டோம். இதற்கு என்ன சொல்வாய்?

நீயுலக மெல்லாம் இரப்பினும் நின்னுடைய
தீய அரவொழியச் செல்கண்டாய்; தூய
மடவரலார் வந்து பலியிடார், அஞ்சி,
விடவரவம் மேல் ஆட மிக்கு. (57)

நீ உலகம் எல்லாம் சென்று இரந்திட்டாலும், உன்னுடைய கொடிய பாம்பு இல்லாமல் செல்வாயாக. நச்சுத்தன்மையுடைய பாம்பு மேலமூந்து சீறினால், தூய்மையான பெண்கள் பயந்துபோய் உன் அருகில் வந்து பிச்சையிட மாட்டார்கள் என்பதை அறிந்துகொள்.

மிக்க முழங்கெரியும், வீங்கிய பொங்கிருளும்
ஒக்க உடனிருந்தால் ஒவ்வாதே? செக்கர்போல்
ஆகத்தான் செஞ்சடையும், ஆங்கவன்தன் பொன்னுருவில்
பாகத்தாள் பூங்குழலும் பண்பு. (58)

செவ்வானம் போன்ற மேனியை உடைய பெருமானின் சிவந்த சடையும், அவனது பொன் போன்ற உருவின் பாகத்தேயுள்ள உமாதேவியின் அழகிய கூந்தலும்

சேர்ந்திருக்கும் தன்மையானது, ஒலியுடன் எரிகின்ற நெருப்பும், செறிவான இருளும் சேர்ந்திருப்பதைப் போலக் காட்சியளிக்கும்.

பண்புணர மாட்டேன் நான் நீயே பணித்துக்காண்
கண்புணரும் நெற்றிக்கறைக்கண்டா பெண்புணரும்
அவ்வுருவோ? மாலுருவோ? ஆனேற்றாய் நீறணிவ(து)
எவ்வுருவோ நின்னுருவம் மேல். (59)

கண் பொருந்திய நெற்றியும், கறை படிந்த கழுத்தும் உடையவனே! உன் உடம்பின்மீது திருநீறு அணிவது என்பது, உமாதேவி பொருந்திய பகுதியிலா? திருமால் பொருந்திய பகுதியிலா? எந்தப் பகுதியில் என நான் அறியமாட்டேன். காளை வாகனமுடையவனே! அதை நீயே கூறியருள்வாயாக!

மேலாய மேகங்கள் கூடியோர் பொன்விலங்கல்
போலாம் ஒளிபுதைத்தால் ஒவ்வாதே! மாலாய
கைம்மா மதக்களிற்றுக் காருரிவை போர்த்தபோ(து)
அம்மான் திருமேனி அன்று. (60)

நீண்ட தும்பிக்கையை உடைய மதங்கொண்ட யானையின் தோலை முன்னர் நீ போர்த்திக்கொண்டபோது, இறைவனின் அழகிய மேனி, வானில் மேகங்கள் கூடி பொன்மலையில் வீசிய ஒளியை மறைத்தால் அமையும் காட்சியை ஒத்திருக்காதோ?

அன்றுந் திருவுருவங் காணாதே ஆட்பட்டேன்
இன்றுந் திருவுருவங் காண்கிலேன் - என்றுந்தான்
எவ்வுருவோ நும்பிரான் என்பார்கட்கு என்னுரைக்கேன்
எவ்வுருவோ நின்னுருவம் ஏது? (61)

முன்னர் உனது அழகிய உருவத்தை அறியாமலே உனக்கு நான் அடிமையானேன். இன்றும் உனது திருவுருவினைக் காணவில்லை. எப்பொழுதாவது என்னுடைய பெருமான் எந்த உருவமுடையவன் எனக் கேட்பவர்களுக்கு என்ன சொல்வேன்? உனது உருவம் எத்தகையதோ?

ஏதொக்கும்? ஏதொவ்வா(து) ஏதாகும் ஏதாகா(து)
ஏதொக்கும் என்பதனை யாரறிவார் பூதப்பால்
வில்வேட னாகி விசயனோ டேற்றநாள்
வல்வேடனான வடிவு. (62)

முற்காலத்தில் வில்லேந்திய வேடனாகி விசயனுடன் போர் செய்த நாளில், வலிய வேடனாகத் தோன்றிய உனது வடிவம் எதனை ஒக்கும்? எதனை ஒவ்வாது? எத்தகைய இயல்புடையது? எந்த இயல்பு அற்றது? என்பவற்றை யார் அறிவார்?

வடிவுடைய செங்கதிர்க்கு மாறாய்ப் பகலே
நெடிதுலவி நின்றெறிக்குங் கொல்லோ கடியுலவு
சொன்முடிவொன்றில்லாத சோதியாய் சொல்லாயால்
நின்முடிமேல் திங்கள் நிலா (63)

சிறப்பான சொற்களால் இன்னதெனக் கூறி முடித்தல் இயலாத ஒளியாய் உன் முடியின் மேலுள்ள ஒளியுடைய திங்கள், அழகுமிக்க செங்கதிரவனின் ஒளிக்கு மாற்றாகப் பகலிலும் நெடுந்தொலைவு பரவி, நிலைபெற்று, வெம்மை தருகிறதோ? நீயே கூறுவாயாக!

நிலாவிலங்கு வெண்மதியை தேடிக்கொள் வான்போல்
உலாவி உழிதருமா கொல்லோ! நிலாஇருந்த
செக்கரவ் வானமே ஒக்குந் திருமுடிக்கே
புக்கரவங் காலையே போன்று. (64)

திங்கள் இருந்த அழகிய செவ்வானத்தினைப் போன்ற உனது திருமுடியில் புகுந்த பாம்பு, அங்கிருந்து புறப்படுவது எவ்வாறு இருக்கிறதெனில், ஒளிவீசும் கதிர்களைக் கொண்ட சந்திரனைத் தேடுவதுபோல் அலைந்து ஓரிடத்தில் தங்கியிருப்பதைப் போல உள்ளது.

காலையே போன்றிலங்கும் மேனி கடும்பகலின்
வேலையே போன்றிலங்கும் வெண்ணீறு; மாலையின்
தாங்குருவே போலுஞ் சடைக்கற்றை; மற்றவற்கு
வீங்கிருளே போலும் மிடறு. (65)

சிவபெருமானின் உடல் காலையில் தோன்றுகின்ற கதிரவனின் ஒளிபோல விளங்கும்; அவர் அணிந்த திருநீறு நண்பகல் வேளையின் நிறம்போன்றிருக்கும்; சடைத் தொகுதி மாலைக்காலத்துச் செவ்வானம்போல ஒளிரும்; அவருடைய கழுத்து செறிந்த இருள் போன்றிருக்கும்.

மிடற்றில் விடம்உடையீர், உம்மிடற்றை நக்கி
மிடற்றில் விடங்கொண்ட வாறோ! மிடற்றகத்து
மைத்தாம் இருள்போலும் வண்ணங் கரிதாலோ,
பைத்தாடும் நும்மார்பிற் பாம்பு. (66)

கழுத்தில் நஞ்சுடையவரே! உமது மார்பில் படம் கொண்டெழுந்தாடும் பாம்பு உமது கழுத்தினை நக்கியதால் தனது கழுத்தில் நஞ்சினைக் கொண்டிருக்கிறதோ? அதனுடைய கழுத்தில் கருமையான இருள்போன்ற, இயற்கை நிறமே கரியதுதானோ ?

பாம்பும் மதியும்; மடமானும், பாய்புலியுந்
தாம்பயின்று தாழருவி தாங்குதலால் ஆம்பொன்
உருவடிவில் ஓங்கொளிசேர் கண்ணுதலான் கோலத்
திருவடியின் மேய சிலம்பு. (67)

பொன்னிறம்வாய்ந்த மேனியனாய், ஒளிசேர்ந்த நெற்றிக்கண்ணை உடையவனின் அழகிய திருவடியில் பொருந்திய சிலம்பு ஒலித்திடும். பாம்பும், திங்களும், இளையமானும், பாய்ந்திடும் புலியும் ஒருங்கே நெருங்கிப் பழகிக்கொண்டிருக்க மேலிருந்து கீழே வீழ்ந்திடும் அருவியான கங்கையும் ஒலியுடன் பாய்கின்றது.

சிலம்படியாள் ஊடலைத் தான் தவிர்ப்பான் வேண்டிச்
சிலம்படிமேற் செவ்வரத்தஞ் சேர்த்தி - நலம்பெற்(று)
எதிராய செக்கரினும் இக்கோலஞ் செய்தான் மூ
முதிரா மதியான் முடி.   (68)

இளம்பிறையைத் தலையில் சூடியுள்ளவன், சிலம்பணிந்த அடியினை உடைய உமாதேவியின் ஊடலைத் தணித்திட விரும்பி, அவ்வடியின் மேல், செம்பஞ்சுக் குழம்பில் தன் முடியை வைத்து வணங்கி, அவள் அன்பைப் பெற்று, அதனால் செவ்வானத்திலும் சிவந்து தோன்றும் செந்நிறக் கோலத்தினைப் பெற்றான்.

முடிமேற் கொடுமதியான், முக்கணான் நல்ல
அடிமேற் கொடுமதியோம் கூற்றைப் படிமேற்
குனியவல மாம் அடிமை கொண்டாடப் பெற்றோம்
இனியவலம் உண்டோ, எமக்கு.   (69)

தனது முடியின்மீது வளைந்த பிறையினை உடையவனும், முக்கண்ணை உடையவனுமான பெருமானின் நல்ல அடியினைப் பற்றியதால் இனிமேல் நாம் யமனை மதிக்கமாட்டோம். புவியில் வணங்கித் தொண்டு செய்ய வலிமையுடையவராக்கும் அடிமைச் சிறப்பினைக் கொண்டாடப் பெற்றோம். எமக்கு இனி அவலம் உண்டோ?

எமக்கிதுவோ பேராசை என்றும் தவிராது
எமக்கொருநாள் காட்டுதியோ எந்தாய் அமைக்கவே
போந்தெரிவாய் பாய்ந்தன்ன புரிசடையாய் பொங்கிரவில்.
ஏந்தெரிபாய்ந் தாடும் இடம். (70)

நெருப்பினை உண்டாக்குவது போன்ற சிவந்த சடையை உடைய எமது தந்தையே! அடர்ந்த இருளுடைய இரவில் உயர்ந்து எரியும் தீயில் பாய்ந்து நீ ஆடுகின்ற இடத்தினை எமக்கு என்றேனும் ஒருநாள் காட்டுவாயா? இந்த எண்ணம் எமக்கு என்றும் நீங்காப் பெரிய ஆசையாகி உள்ளது.

இடப்பால், வானத் தெழுமதியை நீயோர்
மடப்பாவை தன்னருகே வைத்தால் இடப்பாகங்
கொண்டாள் மலைப்பாவை கூறொன்றுங் கண்டிலங்காண்
கண்டாயே; முக்கண்ணா, கண். (71)

முக்கண்களை உடையவனே! இடதுபுறத்தில் வானில் தோன்றும் நிலவினை, இளமைமிக்க கங்காதேவியின் அருகில் வைத்திருக்கின்றாய். உன்னுடைய உடலில் இடப்பாகத்தைக் கொண்டிருக்கின்ற மலையரசனின் மகளான உமாதேவியின் ஒரு பாகம் உன்னில் இருப்பதை எம்மால் காண இயலவில்லை. உமக்கு இது தெரியுமா?

கண்டெந்தை என்றிரைஞ்சிக் கைப்பணியான் செய்யேனேல்
அண்டம் பெறினும் அதுவேண்டேன்; துண்டஞ்சேர்
விண்ணாளுந் திங்களாய், மிக்குலகம் ஏழினுக்குங்
கண்ணாளா, ஈதென் கருத்து. (72)

வானில் இயங்கும் பிறையாகிய திங்களை உடையவனே! பேருலகம் ஏழுக்கும் அருள் செய்பவனே! உன்னைக் கண்டு எந்தையே என்று சிறிய பணியினை

நான் செய்யவில்லையெனில், உலகத்தையே பெற்றாலும் அதனை நான் விரும்பமாட்டேன். இதுவே என் கருத்து.

கருத்தினால் நீகருதிற் றெல்லாம் உடனே
திருத்தலாஞ் சிக்கென நான் சொன்னேன்; பருத்தரங்கம்
வெள்ள நீர் ஏற்றான் அடிக்கமலம் நீ விரும்பி
உள்ளமே எப்போதும் ஓது. (73)

நெஞ்சமே! பெரிய அலைகளையுடைய வெள்ளமாய் கங்கையினைத் தனது முடியில் கொண்டவனின் தாமரை போன்ற அடிகளை நீ எப்போதும் விரும்பிப் போற்றிப் பாடுக! நீ உன் மனத்தினால் கருதியனவெல்லாம் உடனே உறுதியாகத் திருந்தப் பெறலாம். இதனை உனக்கு அறிவுறுத்தினேன்.

ஓத நெடுங்கடல்கள் எத்தனையும் உய்த்தட்ட
ஏதும் நிறைந்தில்லை என்பரால் பேதையர்கள்
எண்ணா திடும் பலியால் என்னோ நிறைந்தவா
கண்ணார் கபாலக் கலம். (74)

அகன்ற தலையோடு ஆகிய பாத்திரம், குளிர்ச்சியான பரந்த கடல்கள் பலவற்றையும் விட்டு நிரப்பினாலும் அது நிறைந்ததில்லை என்று உலகினர் கூறுவர். அதன் பெருமை அறியாமல், பெண்டிர்கள் இட்ட பிச்சையால் அப்பாத்திரம் நிறைந்தது எங்ஙனம்?

கலங்கு புனற்கங்கை ஊடால லாலும்
இலங்கு மதியியங்க லாலும் நலங்கொள்
பரிசுடையான் நீள்முடிமேற் பாம்பியங்க லாலும்
விரிசடையாங் காணில் விசும்பு. (75)

நன்மை மிகுந்த இயல்புடையானின் நீண்ட முடியின்மேலுள்ள விரிந்த சடையானது, கலங்கிப் பாயும் நீரினையுடைய கங்கை ஒலித்தலாலும், விளங்கும் பிறை இயங்குதலாலும், பாம்பு உலாவுவதாலும் ஆகாயமாகக் காட்சியளிக்கும்.

விசும்பில் விதியுடைய விண்ணோர் பணிந்து,
பசும்பொன் மணிமகுடந் தேய்ப்ப முசிந்து,
எந்தாய் தழும்பேறி யேபாவம்! பொல்லாவாம்
அந்தா மரைபோல் அடி (76)

எம் தந்தையே! அழகிய தாமரை மலர் போன்ற உன் அடிகள், வானிலுள்ள நல்வினையுடைய விண்ணோர் வணங்கும்போது, பசும்பொன்னால் ஆன மணிமகுடம் உரசியதால், எங்கும் காயமேற்பட்டு, பின்னர்த் தழும்பேற்பட்டுப் பாவங்கள் அழகிழந்து போயின.

அடிபேரிற் பாதாளம் பேரும்; அடிகள்
முடிபேரின் மாமுகடு பேருங் கடகம்
மறிந்தாடும் கைபேரில் வான்திசைகள் பேரும்;
அறிந்தாடும் ஆற்றா(து) அரங்கு. (77)

இறைவனின் அடிகள் நடனமாடிடப் பெயர்ந்தால் கீழ் உலகம் தன் நிலையில் மாற்றமடையும்; முடி பெயர்ந்திடின் அண்டத்தின் உச்சியான முடி தகர்ந்திடும்; கங்கணம் சுழன்றிடும் கை அசைந்தால், திசைகள் நிலை தடுமாறும். இவை எல்லாவற்றையும் அறிந்து நடனமாடுகிறவனுக்கு அரங்கு போதாது.

அரங்கமாய்ப் பேய்க்காட்டில் ஆடுவான் வாளா
இரங்குமோ எவ்வுயிர்க்கும்! ஏழாய் இரங்குமேல்
என்னாக வையான்! தான் எவ்வுலகம் ஈந்தளியான்!
பன்னாள் இரந்தாற் பணிந்து. (78)

ஏழை நெஞ்சமே! பேய்கள் தங்கும் காட்டினில், அதனையே அரங்கமாகக் கொண்டு ஆடுகின்றவன், எந்த உயிருக்கும் பயன் இல்லாமல் இரங்குவானோ? பல நாட்கள் பணிந்து வேண்டினால், இரக்கம் ஏற்பட்டால் எந்த நிலையில்தான் வைக்கப்படமாட்டான்? எந்த உலகத்தைத்தான் வழங்கிட மாட்டான்?

பணிந்தும் படர்சடையான் பாதங்கள் போதால்
அணிந்தும், அணிந்தவரை ஏத்தத் துணிந்தும்
எந்தையார்க்(கு) ஆட்செய்யப் பெற்ற இது கொலோ
சிந்தையார்க் குள்ள செருக்கு.   (79)

எனது நெஞ்சிலுள்ள செருக்கானது, படர்ந்த சடையினை உடைய பெருமானின் பாதங்களைப் பணிந்தும், மலர்களால் பூசித்தும், அடியார்களை வணங்கியும், அவருடைய புகழினைப் போற்றிடத் துணிந்ததும், எக்காலத்திலும் எமது தந்தையாகிய அவருக்கு அடிமையாகும் நிலையினை அடைந்த தன்மையினால் ஏற்பட்டதாகும்.

செருக்கினால் வெற்பெடுத்த எத்தனையோ திண்தோள்
அரக்கனையும் முன்னின்(று) அடர்த்த - திருத்தக்க
மாலயனுங் காணா(து) அரற்றி மகிழ்ந்தேத்தக்
காலனையும் வென்றுதைத்த கால்.   (80)

இறைவா உன்னுடைய கால் ஆணவத்துடன் கயிலை மலையைப் பெயர்த்தெடுத்த வலிய தோள்களையுடைய அரக்கனைத் தண்டித்தது; அழகு பொருந்திய பிரமனும், திருமாலும் அடியையும், முடியையும் காணவியலாமல் மகிழ்ந்து போற்றச்செய்தது; எமனையும் மார்க்கண்டேயனுக்காக உதைத்துத் தள்ளியது.

**காலனையும் வென்றோம்; கடுநரகம் கை கழன்றோம்;
மேலை இருவினையும் வேரறுத்தோம்; கோல
அரணார் அவிந்தழிய வெந்தீ அம் பெய்தான்
சரணார விந்தங்கள் சார்ந்து.** (81)

அழகிய முப்புரங்களிலுமுள்ளோர் வெந்து அழிந்திடக் கொடிய தீயினைக் கக்கும் அம்பினை எய்த பெருமானின் திருவடித் தாமரைகளைப் பற்றி எமனையும் வென்றோம்; கொடிய நரகத்தினையும் விட்டு நீங்கினோம். முன்னர்செய்த இருவினைகளையும் முற்றிலும் ஒழித்துவிட்டோம்.

**சார்ந்தார்க்குப் பொற்கொழுந்தே ஒத்திலங்கிச் சாராது
பேர்ந்தார்க்குத் தீக்கொழுந்தின் பெற்றியதாம்; தேர்ந்துணரில்
தாழ்சுடரோன் செங்கதிருஞ் சாயுந் தழல்வண்ணன்
வீழ்சடையே என்றுரைக்கும் மின்.** (82)

கீழ்நோக்கி ஒளியை வீசும் செங்கதிரோன் தோற்றுவிடுமளவு தீச்சுடர் போன்ற வண்ணமுடைய இறைவனின் தொங்குசடை என்று கூறப்படும் மின்னல், ஆராய்ந்து அறியும்போது, தன்னைச் சார்ந்தவருக்குப் பொன்கொழுந்துபோலவும், தன்னைச் சாராதவருக்கு நெருப்பின் கொடிகள் போலவும் தோன்றுகிறது.

**மின்போலுஞ் செஞ்சடையான் மாலோடும் ஈண்டிசைந்தால்
என்போலுங் காண்பார்கட்(கு) என்றிரேல் தன்போலும்
பொற்குன்றும் நீல மணிக்குன்றுந் தாமுடனே
நிற்கின்ற போலும் நெடிது.** (83)

மின்னல்போலும் சிவந்த சடையினையுடைய சிவபெருமான் இவ்வுலகில் திருமாலோடு இணைந்தால், அந்நிலையானது காண்பவர்களுக்கு எதுபோலக் காட்சியளிக்கும் எனக் கேட்பீரானால், சிவனைப் போன்று

விளங்கும் பொன்மலையும், திருமாலைப் போன்ற நீல நிறமுடைய குன்றும் ஒன்று சேர்ந்திருப்பதைப் போலத் தோன்றும் என்போம்.

நெடிதாய பொங்கெரியுந் தண்மதியும் நேரே
கடிதாங் கடுஞ்சுடரும் போலும் நெடிதாக
விண்டார்கள் மும்மதிலும் வெந்தீ யினிலழியக்
கண்டாலும் முக்கணாங் கண். (84)

முக்கண்ணை உடைய சிவபெருமானின் கண், கொடுமையுடன் முரண்பட்ட பகைவர்களுடைய மூன்று மதில்களும் வெம்மையான தீயினால் எரிந்து அழியச் செய்திட்டாலும், நீண்ட சுடர்விடும் தீயும், குளிர்ச்சியான திங்களும், கடுமையாகத் தோன்றும் வெம்மையான ஞாயிறும் போன்றதாகும்.

கண்ணாரக் கண்டுமென்கையாரக் கூப்பியும்
எண்ணார எண்ணத்தால் எண்ணியும் விண்ணோன்
எரியாடி என்றென்றும் இன்புறுவன் கொல்லோ!
பெரியானைக் காணப் பெறின். (85)

உலகின் மிகப் பெரியோனான சிவனை நேரில் கண்டால், கண்கள் நிறையுமளவு அவனைப் பார்த்துக் கைகள் குவியுமளவு வணங்கியும், மனங்குளிர மனத்தால் நினைந்தும், தேவர்களின் தலைவனை என்றும் நெருப்புமயமாகிய மயானத்தில் நடனமாடுபவனே என்று கூறி மகிழ்வேன்.

பெறினும் பிறிதியாதும் வேண்டேம் எமக்(கு) ஈ (து
உறினும் உறாதொழியு மேனுஞ் சிறிதுணர்த்தி
மற்றொருகண் நெற்றிமேல் வைத்தான்றன் பேயாய
நற்கணத்தில் ஒன்றாய நாம். (86)

வேறு ஒரு கண்ணைச் சிறிய அளவில் வெளிக்காட்டி நெற்றியின் மேல்வைத்த சிவனின் பேய்கள் ஆகிய நல்ல குழுவில் ஒருவர் ஆகிய நாம், நமக்கு இவ்வாழ்வு நிலைபெறினும், பெறாதொழியினும் வேறு எந்த வாழ்வைப் பெற்றாலும் அதை விரும்ப மாட்டோம்.

நாமாலை சூடியும் நம்ஈசன் பொன்னடிக்கே
பூமாலை கொண்டு புனைந்தன்பாய் நாமோர்
அறிவினையே பற்றினால் எற்றே தடுமே
எறிவினையே என்னும் இருள். (87)

நம் ஈசனின் பொன்போன்ற அடிகளுக்கு நாவினால் இயற்றும் பாமாலையைச் சூட்டியும், பூமாலையினால் அணி செய்தும், அன்பினால் இறைவனை அறிந்திடும் அறிவினைக் கொண்டு வாழ்ந்தால், பிறரை மோதித் துன்புறுத்தும் தீவினையாகிய இருள் நம்மை எதற்காக நெருங்கும்?

இருளின் உருவென்கோ! மாமேகம் என்கோ
மருளின் மணிநீலம் என்கோ! அருளெமக்கு
நன்றுடையாய் செஞ்சடைமேல் நக்கிலங்கு வெண்மதியம்
ஒன்றுடையாய் கண்டத் தொளி. (88)

எமக்கு நன்றாக அருளுகின்றவனே! சிவந்த சடையின்மேல் ஒளிரும் பிறை நிலவினை உடையவனே! உன் கழுத்திலுள்ள கரிய நஞ்சின் ஒளியினை இருளின் வடிவு என்பேனா? கரிய மேகம் என்பேனா? அல்லது மாசில்லாத நீலமணி என்பேனா?

ஒளிவிலி வன்மதனை ஒண்பொடியா நோக்கித்
தெளிவுள்ள சிந்தையினிற் சேர்வாய் ஒளிநஞ்சம்
உண்டவாய் அஃதிருப்ப உன்னுடைய கண்டமிருள்
கொண்டவா(று) என் இதனைக் கூறு. (89)

ஒளிரும் வில்லையுடையோனாகிய வலிய மதனை, ஒள்ளிய பொடியாகிடப் பார்த்து எரித்து உண்மை உணர்ச்சியுற்ற மனத்தினில் தங்கி அருளுபவனே! ஒளி தங்கிய நஞ்சினை உண்ட வாயாகிய அது கருமையுறாமல் இருக்க உனது கண்டம் ஒன்றே இருள் நிறம் எய்தியது ஏன்? இதன் காரணத்தினைக் கூறுவாயாக!

கூறெமக்கீ தெந்தாய், குளிர்சடையை மீதழித்திட்(டு
ஏற மிகப்பெருகின் என்செய்தி? சீறி
விழித்தூரும் வாளரவும் வெண்மதியும் ஈர்த்துத்
தெழித்தோடுங் கங்கைத் திரை. (90)

எமது தந்தையே! சீறிப் பார்த்து ஊர்ந்து திரியும் ஒளிபொருந்திய பாம்பையும், வெள்ளி பிறைத் திங்களையும் போன்ற, சுழித்து ஓடும் கங்கையின் அலையானது குளிர்ந்த சடையை மேலேறி அழித்துவிட்டு, ஏறி வழிந்து மிகவும் பெருகினால் என்ன செய்வாய்? எமக்கு இது பற்றிக் கூறுவாயாக.

திரைமருவு செஞ்சடையான் சேவடிக்கே ஆளாய்
உரைமருவி யாமுணர்ந்தோங் கண்டீர்; தெரிமினோ
இம்மைக்கும் அம்மைக்கும் எல்லாம் அமைந்தோமே
எம்மைப் புறனுரைப்ப தேன்? (91)

கங்கை பொருந்திய சிவந்த சடையினை உடையவனின் சிவந்த அடிக்கே அடிமையாகி, அவன் புகழ் ஓதி, அப்பெருமானை அறிந்தோம். இவ்வுலக வாழ்விற்கும், மேலுலக வாழ்விற்கும் உரிய எல்லாச் சிறப்புகளையும் அடைந்தோம். எம்மைப்பற்றிப் புறம்கூறுவதற்கு என்ன உள்ளது?

என்னை உடையானும் ஏகமாய் நின்றானுந்
தன்னை அறியாத தன்மையனும் பொன்னைச்
சுருளாகச் செய்தனைய தூச்சடையான், வானோர்(கு)
அருளாக வைத்த அவன். (92)

பொன்னைச் சுருள் செய்து வைத்தது போன்ற தூய சடையினை உடையவுனும், வானோருக்கு அருளாகத் தன்னை வைத்துள்ளவனுமாகிய சிவன், எளிய என்னையும் ஆட்கொண்டவனும், எவற்றிலும் கலத்தல் இன்றித் தனியாக நின்றவனும், தன் பெருமையைத் தானே அறியாத தன்மையுடையவனும் ஆவான்.

அவன்கண்டாய் வானோர் பிரானாவான் என்றும்;
அவன்கண்டாய் அம்பவள வண்ணன் அவன் கண்டாய்
மைத்தமர்ந்த கண்டத்தான் மற்றவன்பால், நன்னெஞ்சே,
மெய்த்தமர்ந்தன் பாய்நீ விரும்பு. (93)

என் நல்நெஞ்சமே! இறைவன் வானோரின் தலைவனாக விளங்குபவன் என்பதைத் தெரிந்து கொள். அவன் அழகிய பவள நிறமுடையவன், கருமையுற்ற கழுத்தினையுடையவன் என்பதையும் அறிந்துகொள். அவனிடம் உண்மையான அன்புடன் அமர்ந்திருந்து அவனை விரும்புக.

விருப்பினால் நீபிரிய கில்லாயோ? வேறா
இருப்பிடம் மற் றில்லையோ? என்னோ? பொருப்பன்மகள்
மஞ்சுபோல் மால்விடையாய் நிற்பிரிந்து வேறிருக்க
அஞ்சுமோ சொல்லாய் அவள். (94)

மேகம் போன்ற நிறத்தையுடைய திருமாலாகிய காளையை வாகனமாகக் கொண்டவனே! இமயமலையரசின் மகளான உமாதேவியின் விருப்பத்தினால் நீ பிரியாமல்

இருக்கின்றாயோ? இவ்விடம் அல்லாமல் வேறொரு இருப்பிடம் உமக்கு இல்லையோ? அவள் உன்னைப் பிரிந்து இருக்க அஞ்சுவாளோ? காரணம் என்னவென்று சொல்!

அவளோர் குலமங்கை பாகத்(து) அகலாள்
இவளோர் சலமகளும் ஈதே; தவளநீ(று)
என்பனீவீர் என்றும் பிரிந்தறியீர்; ஈங்கிவருள்
அன்பணியார் சொல்லுமினிங் (கு) ஆர். (95)

வெண்மையான திருநீற்றையும் எலும்பினையும் அணியும் சிவபெருமானே! குலமங்கையான உமாதேவி, உமது உடலில் பாகமாய் இருந்து எப்பொழுதும் பிரியமாட்டாள். நீர் வடிவமான கங்கையும் உன்னைவிட்டுப் பிரியமாட்டாள். நீயும் இந்த இருவரையும் விட்டுப் பிரிவதில்லை. இந்த இருவருக்குள் அன்பினால் உனக்கு நெருக்கமானவர் யார் என்று இப்பொழுது சொல்வீராக!

ஆர்வல்லார் காண அரன்அவனை அன்பென்னும்
போர்வை யதனாலே போர்த்தமைத்துச் சீர்வல்ல
தாயத்தால் நாமுந்த தனிநெஞ்சி னுள்ளடைத்து
மாயத்தால் வைத்தோம் மறைத்து (96)

நாமும் பரமசிவனாகிய அவனை, அன்பு என்ற போர்வையால் போர்த்திவைத்துச் சிறப்புமிக்க உரிமையால், சிறப்பான நெஞ்சினுள் மாயத்தால் உட்செறித்து மறைத்து வைத்தோம். இனி, அப்பெருமானைக் காண்பதற்குத் தகுதிபெற்றவர் யாரே உளர்?

மறைத்துலகம் ஏழினிலும் வைத்தாயோ? அன்றேல்
உறைப்போடும் உன்கைக்கொண்டாயோ நிறைத்திட்(டு)
உளைந்தெழுந்து நீயெரிப்ப மூவுலகும் உள்புக்(கு)
அளைந்தெழுந்த செந்தீ யழல். (97)

நீ சீறியெழுந்து மூவகை உலகங்களினுள் புகுந்து, கலந்தெழுந்த செந்தீயாக நெருப்பினை ஏழு உலகங்களிலும் மறைத்துவைத்துள்ளாயோ? அல்லது வலிமையுடன் உன் கையினில் அதை வைத்துள்ளாயோ?

அழலாட அங்கை சிவந்ததோ? அங்கை
அழகால் அழல் சிவந்த அவாறோ? கழலாடப்
பேயோடு கானிற் பிறங்க அனலேந்தித்
தீயாடு வாய் இதனைச் செப்பு. (98)

பேய்கள் ஆடுகின்ற இடுகாட்டினில் ஒளிரும் தீயைக் கையில் ஏந்திக்கொண்டு, வீரக்கழல் ஒலிக்க நெருப்பினில் நடனமாடுகின்றவனே! நெருப்பை ஏந்தியதால் உனது உள்ளங்கை சிவந்ததா? அல்லது அழகிய கையின் சிவப்பால் அந்த நெருப்பு சிவந்து தோன்றுகிறதா? என்பதைக் கூறுவாயாக.

செப்பேந்திளமுலையாள் காணவோ? தீப்படுகாட்(டு)
அப்பேய்க் கணமவைதாங் காணவோ செப்பெனக்கொறு
ஆகத்தான் அங்காந் தனலுமிழும் ஐவாய
நாகத்தாய் ஆடும் நடம். (99)

வாயைத் திறந்து தீயை உமிழும் ஐந்து தலைகளையுடைய பாம்பினை உடையவனே! நீ செப்பென ஏந்திய இளம்முலையினையுடைய உமாதேவி காண்பதற்காக நடனம் ஆடுகிறாயா? அல்லது நெருப்பு எரியும் மயானத்தில் பேய்க் கூட்டங்கள் காண்பதற்காக ஆடுகிறாயா? எனக்கு இரண்டில் ஒன்றை எனக்குச் சொல்லுக.

நடக்கிற் படிநடுங்கும் நோக்கில் திசைவேம்
இடிக்கின் உலகனைத்தும் ஏங்கும் அடுக்கல்
பொருமேறோ? ஆனேறோ பொன்னொப்பாய் நின்(று)
உருமேறோ ஒன்றா உரை. (100)

பொன் போன்றவனே! உன்னுடைய காளை வாகனம் நடந்தால் உலகமே நடுங்கும்; கண்கள் பார்த்தால் திசைகள் எரிந்துபோகும்; முழங்கினால் உலகமெல்லாம் அஞ்சும்; மலையிலுள்ள இடியா? மேகத்திலிருந்து தோன்றுகின்ற இடியா? அல்லது ஒரு காளையோ? இதில் ஏதேனும் ஒன்றை எனக்குக் கூறு.

உரையினால் இம்மாலை அந்தாதி வெண்பாக்
கரைவினாற் காரைக்காற் பேய்சொல் பரவுவார்
ஆராத அன்பினோ(டு) அண்ணலைச்சென் றேத்துவார்
பேராத காதல் பிறந்து. (101)

காரைக்கால் பேய், உள்ளம் கசிந்த அன்பினால் சொல்லிய இந்த வெண்பா அந்தாதி மாலையைப் பாடுகிறவர்கள், எப்பொழுதும் நீங்காத அன்புடன் சிவனைச் சென்றடைவார்கள்.

●